D1772545

அ.வெண்ணிலா

திருவண்ணாமலை மாவட்டம் வந்தவாசியில் பிறந்தவர். முதுகலை உளவியல், கணிதம் படித்தவர். இதுவரை ஆறு கவிதை நூல்களும், இரு சிறுகதைத் தொகுப்புகளும், கடிதம், கட்டுரைத் தொகுப்புகள் ஒவ்வொன்றும் வெளிவந்துள்ளன.

தமிழ்ப் பெண் எழுத்தாளர்களின் சிறுகதைகளை ஒரு தொகுப்பாகவும் தமிழ்ப் பெண் கவிஞர்களின் கவிதைகளை ஒரு தொகுப்பாகவும் தொகுத்துள்ளார். டாக்டர் மு.ராஜேந்திரன் இ.ஆ.ப., அவர்களோடு இணைந்து 'வந்தவாசிப் போர்-250' எனும் வரலாற்றுத் தொகுப்பு நூலையும், 'கம்பலை முதல்...' எனும் வரலாற்றுக் கட்டுரை நூலையும் எழுதியுள்ளார். வரலாற்றாசிரியர் ப.சிவனடியின் 'இந்திய சரித்திரக் களஞ்சியம்' நூலை மறுபதிப்பாகக் கொண்டு வந்தவர்.

சக மனிதர்கள் மீதான ஆழ்ந்த அன்பையும் அக்கறையையும் கொண்ட இவரின் படைப்புகளில் மானுடப் பேரன்பு பிரவகிக்கிறது. நடுத்தர மக்களின் உளவியல் சிக்கல்களை இவரின் படைப்புகள் மெல்ல அவிழ்த்துச் செல்பவை.

இவரது படைப்புகள் இந்தி, மலையாளம், தெலுங்கு, ஆங்கிலம் ஆகிய மொழிகளில் மொழி பெயர்க்கப்பட்டுள்ளன.

# தேர்தலின் அரசியல்

அ. வெண்ணிலா

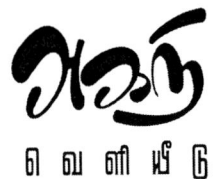

அகநி

வெளியீடு

வெளியீடு - 63

ISBN : 978-93-82810-27-8

## தேர்தலின் அரசியல்
அ.வெண்ணிலா

முதல் பதிப்பு : ஜூன், 2016 ☐ பக்கம் : 104
இரண்டாம் பதிப்பு : டிசம்பர், 2021
☐ வடிவமைப்பு : ழ ஸ்டூடியோ ☐
☐ பின்னட்டை புகைப்படம் : சசிக்குமார் ☐
☐ அச்சாக்கம் : மணி ஆப்செட், சென்னை ☐

வெளியீடு :
அகநி வெளியீடு
எண்.3, பாடசாலை தெரு, அம்மையப்பட்டு,
வந்தவாசி - 604408
பேசி : 98426 37637, 94443 60421
மின்னஞ்சல் : akaniveliyeedu@gmail.com

விலை : ரூ.100

Therdhalin Arasiyal ☐ A. Vennila
First Edition : June, 2016 ☐ Pages : 104
Second Edition : December, 2021
☐ Layout : Zha Studio ☐
☐ Back Wrapper Photo : Sasikumar ☐
☐ Printing : Mani Offset, Chennai ☐

**Published By :**
AKANI Veliyeedu
No.3 , School St, Ammaiyapet, Vandavasi - 604408
Cell : 98426 37637, 94443 60421
Email : akaniveliyeedu@gmail.com

Price : Rs.100

# இங்கே அரசியல் மட்டும் பேசுவோம்

நம் தலையெழுத்தைத் தீர்மானித்துக் கொண்டிருப்பது தேர்தல். நாம் வாங்கும் டூத் பேஸ்டில் உப்பிருக்கிறதா என்று தீர்மானிப்பதில் இருந்து, நம் சாப்பாட்டில் என்ன உப்புப் போட வேண்டும் என்று முடிவு எடுப்பது வரை அரசியலே பின்புலமாக இருக்கிறது. நாம் என்ன வகையான ஆடை அணிய வேண்டும், என்ன பண்டிகையை கொண்டாட வேண்டும், என்ன திருவிழாவுக்கு முக்கியத்துவம் கொடுக்க வேண்டியதில்லை, என்ன பாரம்பர்ய விளையாட்டை விளையாட வேண்டும், விளையாட கூடாது, என்ன வகையான கல்வி நமக்குத் தேவை, என்ன வகையான வேலைக்கு நம் பிள்ளைகள் செல்ல வேண்டும், நம் பொருளாதாரம் உயர்ந்தாலும் சமூக நிலை உயராமல் இருப்பது, நம் மொழி குறித்து நாம் பெருமைப்பட வேண்டுமா, வேண்டாமா, நம் இனம் குறித்துப் பூரித்துப் போகலாமா , வேண்டாமா என்பதையெல்லாம் தீர்மானிப்பது அரசியலே. அந்த அரசியலை இயக்கும் சாட்டையாகத் தேர்தலே இருக்கிறது.

தோதல் வலிமையான ஆயுதமாக நம் அரசியலமைப்புச் சட்டத்தின் மூலம் உருவாக்கப்பட்டிருக்கிறது. ஆனால், நடை முறையில் மக்களுக்குத் தேர்தல் என்பது ஒரு நாள் கூத்தாக இருக்கிறது. அந்த நாளும் மற்றொரு நாளாகவே கழிகிறது. யாரோ ஒருவர் சொல்கிறார், யாரோ ஒருவர் பணம் கொடுக்கிறார், யாரோ ஒருவர் கூட்டிச் சென்று வாக்களிக்கச் சொல்கிறார் என்று வாக்களிக்கிறார்கள். படித்த, நடுத்தர வர்க்கத்தைச் சேர்ந்த மக்களுக்கு இன்று ஓரளவுக்குத் தேர்தலின் முக்கியத்துவம்

பற்றிய விழிப்புணர்வு உருவாக்கப்பட்டிருக்கிறது. ஆனால், இன்றும் புரிதலும் விழிப்புணர்வும் இல்லாமல் செலுத்தப்படுகின்ற பெரும்பான்மையான வாக்குகளே தேர்தலின் வெற்றியை பெருமளவுத் தீர்மானிக்கின்றன. அவர்கள் வாக்களிப்பதற்கான காரணங்களைக் கேட்டறிந்தால் வியப்பாக இருக்கும். மக்களைப் புரிதலின்மையிலேயே வைத்திருப்பதற்கும் தேர்தல் அரசியல்தான் காரணமா என்ற கேள்வியும் நமக்குள் எழுகிறது. அறியாமையே வெற்றியை அறுவடை செய்கிறது எனும்போது, அதைத் தொடர்ந்து தக்கவைத்துக் கொள்வதில் அரசியல்வாதிகளுக்கு மெத்த மகிழ்ச்சிதானே இருக்கும்?

தேர்தலில் வெற்றி பெற்று ஆட்சிக்கு வரும் கட்சிகளைப் பற்றி, ஆட்சியைப் பிடிக்கும் ஆட்சியாளர்களைப் பற்றியே எப்பொழுதும் பரபரப்பாகப் பேசிக் கொண்டிருக்கும் நாம் தேர்தலுக்குப் பின் இயங்கும் நுட்ப அரசியலை வெளிப்படையாக விவாதிப்பதில்லை. நூறுக்கு எழுபது பேர் வாக்களித்து, அதில் நாற்பது பேரின் வாக்குகளைப் பெறுபவர் வெற்றியாளராகி, ஆட்சியாளராகிறார். ஒட்டு மொத்தமாகப் பார்த்தால், நூறில் நாற்பது பேரின் ஆதரவு பெற்ற ஒருவரே நம்மின் ஆட்சியாளர். அவரை ஆதரிக்காதவர்கள் அறுபது பேர் இருக்கிறார்கள். ஜனநாயக அடிப்படையிலானது தேர்தல் என்றாலும், பெரும்பான்மை ஜனங்களின் ஆதரவில்லாமல்தான் அரசுகள் அமைகின்றன. வாக்குகளின் விகிதாச்சார அடிப்படையில் இதுவே உண்மை.

இப்படி தேர்தல் நடைமுறையின் ஒவ்வொரு அம்சத் தையும் ஆராய்ந்து பார்த்தால், சமூக மாற்றத்துக்கான மிக எளிய, வலிமையான சொல்லப்போனால் சாதாரண மக்களாகிய நம்மால் எளிதாகப் பயன்படுத்தக்கூடிய ஒரு கருவியே தேர்தல். இந்தத் தேர்தலின் மேல் படிந்து கிடக்கின்ற சின்னச்சின்ன தூசிகளைத் தட்டி, அதன் சகல கைகளிலும் உள்ள பலம் வாய்ந்த ஆயுதங்களை மக்களுக்கு அடையாளம் காட்ட வேண்டியிருக்கிறது.

சமூக ஊடகங்கள் பரவலாகப் பயன்பாட்டுக்கு வந்துள்ள இக்காலக்கட்டத்தில், ஓரளவுக்கு மக்கள் தேர்தலின் பின்னணிகளைப் பற்றியும், அரசியல் கட்சிகளின் பிடி எங்கிருக்கிறது என்பதையும் புரிந்துகொள்ளத் தொடங்கியுள்ளனர்.

அரசு இயந்திரத்தைத் தீர்மானிக்கும், இயக்கும் தேர்தல் என்ற யானையை இருட்டில் இருந்து வெளிச்சத்தில் கொண்டுவந்து நிறுத்தி, அதைப் பற்றித் தெளிவாக விவரிக்கும் போதே, தங்களுடைய வாக்குகளுக்கு உள்ள முக்கியத்துவம் சமூகத்தின் அனைத்துத் தரப்பு மக்களுக்கும் தெரிய வரும். இந்தியா போன்ற படிப்பறிவுக்கும், சமூக அரசியல் புரிதலுக்கும் மிகுந்த இடைவெளி உள்ள ஒரு நாட்டில் இப்பணி மிகவும் அத்தியாவசியமான ஒன்றாகும்.

தேர்தல் நேரத்தில், மக்களிடம் தேர்தல் குறித்துப் பேசுவதற்கான ஒரு வாய்ப்பை தினமலர் நாளிதழ் வழங்கியது. தினமலர் நாளிதழின் தேர்தல் களம் இணைப்பிதழில் தேர்தல் குறித்து ஆழமானப் புரிதலை உண்டாக்கும் கட்டுரைகளை எழுத வாய்ப்பளித்த ஆசிரியருக்கும் ஆசிரியர் குழுவுக்கும் நன்றி. குறிப்பாக தினமலரின் உதவி ஆசிரியர் திரு.சொக்கலிங்கம் அவர்களுக்கு நன்றி சொல்ல வேண்டும்.

கல்வியில் மாற்றம் கொண்டுவர வேண்டிய அவசியத்தை வலியுறுத்தும் கட்டுரைகளுக்கு மிகுந்த வரவேற்பு கிடைத்ததைக் குறிப்பிட்டுச் சொல்ல வேண்டும். கல்வியில் மாற்றம் நோக்கி ஏராளமானோர் சிந்திக்கத் தொடங்கியுள்ளதை கட்டுரைக்கு வந்த எதிர்வினைகள் வெளிப்படுத்தி இருக்கின்றன. அதனடிப்படையிலேயே எங்களின் மகளை மேனிலைக் கல்விக்காக அரசுப் பள்ளியில் சேர்த்ததைக் குறித்து “தி இந்து தமிழில்” வெளியான கட்டுரையையும் இத்தொகுப்பில் இணைத்திருக்கிறேன். பொருத்தம் கருதி, “தி இந்து தமிழில்” வெளியான வாக்காளருக்கு என்ன தகுதி என்ற கட்டுரையையும் இதில் இணைத்துள்ளேன்.

இக்கட்டுரைகளை எழுதுவதற்கானத் தலைப்புகளையும், புள்ளி விவரங்களையும், ஏராளமான தகவல்களையும் கொடுத்து உதவியவர் டாக்டர் மு. ராஜேந்திரன், இ.ஆ.ப., அவருக்கு என் அன்பும் நன்றியும். கட்டுரைகள் எழுதும் காலத்தில் என்னுடனேயே பயணித்து எனக்குத் தேவையான தகவல்களை உடனுக்குடன் கொடுத்துதவிய அன்பு மகன் நாகா அதியனுக்கும் என் அன்பு. என்னுடைய எழுத்து முயற்சிகள் எல்லாவற்றிலும் உடன் பயணிக்கும் இலக்கிய இணை அன்பு முருகேஷ்க்கு இந்த நேரத்தில் நன்றி சொல்லிக் கொள்கிறேன்.

நூலை சிறப்பாக வடிவமைத்துத் தந்த அன்புத் தம்பியும், திரைப்பட பாடலாசிரியருமான பா. மீனாட்சிசுந்தரத்திற்கு என் பிரத்யேக நன்றி. அவரைத் தமிழ்த் திரையுலகம் வெகுவாகக் கொண்டாடப்போகும் காலம் தூரத்தில் இல்லை... அவருக்கு என் அன்பும் வாழ்த்துக்களும்.

அன்புடன்,

அ. வெண்ணிலா

23.05.2016

## உள்ளடக்கம்

அரசியல் பெண்ணுக்கு எட்டாக்கனியா? / 11

ஏர் பின்னது உலகு / 15

போட்டித் தேர்வுகளில் வெல்ல மாட்டார்களா நம் பிள்ளைகள்? / 21

குழம்புவதற்கா கல்வி? / 25

பிள்ளைகளின் எதிர்காலமா பணையத்திற்கு? / 31

துளித்துளியாய்... / 37

எங்களுக்கு என்ன சொல்கிறீர்கள்? / 43

தேர்தல் அறிக்கைகள் உண்மையான வாக்குறுதிகளா? / 51

நம்முடைய வேட்பாளர் யார்? / 57

வாக்காளருக்குத் தகுதி வேண்டாமா? / 63

தேர்தல் கலாட்டாக்கள் / 71

கட்சிகளுக்குச் சின்னம் அவசியமா? / 79

நடிகர்களின் பிரச்சாரம் வாக்குகளாக மாறுகின்றனவா? / 83

நோட்டாவுக்கு நோ சொல்லுங்கள் / 91

அரசு ஊழியர்கள் அரசின் குடிகள் இல்லையா? / 97

# 1

## அரசியல் பெண்ணுக்கு எட்டாக்கனியா?

தமிழகத்தில் ஐந்தாண்டுகளுக்கு ஒருமுறை நடைபெறும் சட்டமன்றத் தேர்தல் திருவிழாவுக்கான கொடி ஏற்றப்பட்டு விட்டது. அரசியல் கட்சிகள் பரபரப்பாக தங்களின் வேட்பாளர் தேர்வில் ஈடுபட்டிருக்கின்றன. சாதிப் பின்னணி, செல்வாக்கு, ஆள் பலம், கூட்டணிக் கட்சிகள் என்று வேட்பாளர் தேர்வுக்கு வலுவான காரணங்கள் கட்சிகளை இயக்கிக் கொண்டிருக்கின்றன.

இதற்கிடையில் கட்சிகள் பெண்களுக்கான 33% இட ஒதுக்கீட்டையும் மறக்காமல் நினைவில் வைத்துக் கொண்டு பெண்களுக்கு ஒதுக்கீடு செய்வதில் முனைப்புக் காட்டும். மொத்த மக்கள் தொகையில் ஐம்பது சதவீதம் பெண்கள் உள்ளனர். வாக்காளர்களில் ஏறக்குறைய ஐம்பது சதவீதம் பெண்கள் உள்ளனர். ஆனால், தேர்தலில் பங்கு பெறும் வேட்பாளர்களில் பெண்களின் சதவீதம் என்பது இன்று வரை 10 - 15 சதவீதத்தைத் தாண்டவில்லை. தீவிர அரசியலில் பங்கெடுக்கும் பெண்களின் சதவீதம் ஏழெட்டு சதவீததை இன்னும் தாண்டவில்லை. பெரும்பாலும் பெண்களுக்காக என்று அரசியல் கட்சிகள் ஒதுக்கீடு செய்யும் தொகுதியும், அந்தப் பெண்ணுக்குப் பின்னால் உள்ள ஆணின் செல்வாக்குக் காகவே இருக்கும். ஒட்டு மொத்த இந்தியாவில் உள்ள பெண் அரசியல்வாதிகளை கணக்கில் எடுத்தால் பெரும்பாலும் அவர்கள் தலைவர்களின் வாரிசுகளாகத் தான் இருக்கிறார்கள்.

உள்ளாட்சி நிர்வாகத்தில் ஐம்பது சதவீதம் இடஒதுக்கீடு ஏற்படுத்திதமிழகத்தில்சமீபத்தில்சட்டதிருத்தம்கொண்டுவரப்பட்டது. ஐம்பது சதவீதமோ, முப்பது சதவீதமோ தேர்ந்தெடுக்கப்படும் பெண்கள் செயல்பட எவ்வாறு அனுமதிக்கப்படுகிறார்கள் என்பது மிக முக்கியமான கேள்வி.

சட்டசபை, நாடாளுமன்றம் போன்ற இடங்களில் தேர்ந்தெடுக்கப்பட்ட உறுப்பினர்களை தவிர வேறு யாரும் செல்ல முடியாது என்பதால் அந்தந்தப் பெண் உறுப்பினர்களே செல்கின்றனர். ஆனால், உள்ளாட்சி அமைப்புகளில் நிலைமை தலைகீழ். ஊராட்சி மன்றத் தலைவர் பெண் என்றால், அவர் கணவருக்கே பெரும்பாலும் தலைவர் என்ற பெயர் இருக்கும். அவரே பஞ்சாயத்து நிர்வாகத்தை கவனிப்பார். அவருடைய மனைவியின் கையெழுத்தை அவரே போடுவார். வட்டாட்சியர், வட்டார வளர்ச்சி அலுவலர், மாவட்ட ஆட்சியர் உட்பட உயர் அதிகாரிகளை தலைவர் என்ற அங்கீகாரத்துடன் அவரே சந்திப்பார். பொதுப் பணிகளை ஏலம் எடுப்பது, ஒப்பந்த வேலைகளைச் செய்வது எல்லாமே குடும்பத்தில் இருக்கிற ஆணின் கையிலேயே இருக்கும். பல இடங்களில் ஊராட்சி மன்ற இருக்கையில் அந்தப் பெண் ஒருமுறைகூட உட்கார்ந்து இருக்க மாட்டார். சில இடங்களில் பெண் பிரதிநிதிகள் பெயரளவுக்குத் திரையில் தோன்றி தங்கள் காட்சி முடிந்தவுடன் மறைந்து விடுவார்கள்.

இது தமிழகத்தில் மட்டும் உள்ள பலவீனம் இல்லை. இந்தியா முழுக்க இருப்பதையே சமீபத்தில் பொதுக்கூட்டம் ஒன்றில் பேசிய பிரதமரின் உரை சுட்டிக் காட்டுகிறது. சர்பாஞ்சபதி (பெண் பஞ்சாயதது்த் தலைவர்களின் மீது ஆண்கள் ஆதிக்கம் செலுத்துதல்) முறை நீடித்தால் கடுமையான நடவடிக்கை எடுக்கப்படும் என்று பிரதமர் எச்சரித்துள்ளார்.

பெண்களால் அரசியலில் தீவிரமாக செயல்பட முடியாதா? முதன்முதலில் இங்கிலாந்தில் பெண்களும் தேர்தலில் நிற்கும் சட்டம் கொண்டுவர வேண்டும் என்ற விவாதம் எழுந்தபோது, அதற்குக் கடுமையான எதிர்ப்பு இருந்தது. இங்கிலாந்து பாராளுமன்ற உறுப்பினர்கள், ‘பெண்களால் நாடாளுமன்ற உறுப்பினராகி அரசியல் பணிகளை செய்ய இயலாது‘ என்று

எதிர்ப்புத் தெரிவித்தபோது, 'ஆண்களுக்கு இருக்கும் எந்த உறுப்பு பெண்களிடம் இல்லை. அதைத் தெரிவித்தால் நாங்கள் தேர்தலில் போட்டியிடவில்லை' என்று அங்குள்ள பெண்ணியவாதிகள் விவாதித்துள்ளனர். பெண்களால் அரசியலில் சிறப்பாக செயல்பட முடியாது என்ற கருத்து ஆழமாக சமூகத்தில் ஊடாடிக் கிடக்கிறது.

இந்தியாவில் சட்டசபைக்குத் தேர்ந்தெடுக்கப்பட்ட முதல் பெண்மணி டாக்டர் முத்துலெட்சுமி ரெட்டி. இவரின் அரசியல் செயல்பாடு உலகப் புகழ் பெற்றது. பெண்களுக்குச் சட்டரீதியாகப் பாதுகாப்புத் தர கோரிய சட்டங்களும், சமத்துவமும் தரும் பல்வேறு சட்டங்களும் இயற்றப்பட முத்துலட்சுமியின் முயற்சியும் இருந்தது. தேவதாசி முறையை அடியோடு ஒழிக்கச் சட்டம் கொண்டு வந்ததிலும், பெண்களுக்கும் குடும்பச் சொத்தில் பங்கு கொடுக்க சட்டம் மூலம் வழிவகை உண்டாக்கப்பட்டதிலும் இவரின் பங்கு அதிகம். அவர் மருத்துவரும்கூட. மருத்துவப் பணிகளோடு அரசியல் பணியையும் சிறப்பாக அவரால் செய்ய முடிந்திருக்கிறது என்றால் அவரின் ஈடுபாடு மட்டுமே காரணம்.

அரசியலில் ஈடுபட பெண்களுக்கு அவ்வளவு திறமை போதாது என்று சொன்னால் சொல்பவருக்கே சிரிப்பு வரும். பெண்களின் திறமையை யாராலும் குறைத்து மதிப்பிட முடியாது. பெண் அறிவாலும், உடல் உழைப்பாலும், பலத்தாலும் குறைந்தவள் அல்ல. சமூக மதிப்பீடுகளால் மட்டுமே இந்நிலை நம் சமூகத்தில் நீடிக்கிறது.

அலுவலகம் ஒன்றில் உதவியாளர் பணிக்குச் செல்லும் பெண்ணுக்கு மாற்றாக, ஒரு மணி நேரம்கூட அவருக்கு வேண்டிய நபர் சென்று வேலை செய்ய முடியாது. தனியார் நிறுவனத்தில் நாள் கூலிக்கு வேலை செய்யும் பெண்ணின் கையெழுத்தை, கணவன் போட்டு ஒரு நாள் சம்பளம்கூட வாங்க முடியாது. ஆனால், சமூகத்தின் வளர்ச்சியை தீர்மானிக்கும் அரசியலில் மட்டும் ஏன் பெண்ணின் இடத்தை எடுத்துக்கொள்ள ஆண்கள் துடித்துக்கொண்டே இருக்கிறார்கள்?

ஆணின் அதிகார மனநிலையே இதற்குக் காரணம். நிர்வாகம், சமூகம், பொதுவெளி என்பதெல்லாம் எப்பொழுதும் தன்னுடைய கட்டுப்பாட்டிலேயே இருக்க வேண்டும் என்ற ஆணின் மரபான

சிந்தனையே இந்த அதிகாரப் பறிப்பிற்குப் பின்னணியாக இருக்கிறது. சுய உதவிக் குழுவில் தீவிரமாகச் செயல்படும் ஒரு பெண்ணின் சுதந்திரம்கூட தேர்தலில் நின்று வெற்றி பெறும் பெண்ணுக்கு இல்லை.

அரசியல் கட்சிகள் இட ஒதுக்கீட்டை நிறைவு செய்ய பெண் வேட்பாளர்களை அறிவித்தால் மட்டும் போதாது. அவர்களின் சுதந்திரமான செயல்பாட்டையும் தீர்மானிக்க வேண்டும். பெண் பிரதிநிதிகளின் அதிகாரத்தைக் கைப்பற்றும் குடும்பத்தின் பிற ஆண்களை கட்சியில் அனுமதிக்கக்கூடாது.

பெண்கள் அரசியலில் சுதந்திரமாகச் செயல்படத் தொடங்கும் போதே, பொதுவெளியில் பெண்களுக்கானப் பாதுகாப்பு உள்ளிட்ட பல்வேறுப் பிரச்சனைகளை ஓரளவுக்குக் கட்டுப்படுத்த முடியும். நம் கையில் உள்ள மிகப் பெரிய ஆயுதம் வாக்குரிமையே. பெண்களும் சரிக்குச் சமமாக அரசியலில் பங்கெடுக்கும்போதே இந்த அரசு முழு ஜனநாயகப் பூர்வமான அரசாகும்.

குடி உயர கோல் உயரும். 'குடி' க்குள் பெண்ணும் அடக்கம்.

◻

2

# ஏர் பின்னது உலகு

இரண்டு நாட்களுக்கு முன்னால் வாட்ஸப்பில் ஒரு வீடியோ காட்சி பரவலாகப் பகிரப்பட்டது. டிராக்டர் கடன் வாங்கி, திரும்ப செலுத்த முடியாத ஒரு விவசாயியை, கடன் கொடுத்த கோடக் மகேந்திரா வங்கி, காவல் துறையினர் மூலமாக மிக மோசமாக அவமானப்படுத்தி கடனை கட்டக் கோரும் காட்சிதான் அது. கடன் வசூலிப்பவர்களின் கடுமையும், விரைவில் கடனை கட்டிவிடுவதாக மன்றாடும் அவரின் இரங்கிய நிலையும் மனதைப் பிசைந்தன.

இந்தக் காட்சி நம் மனதை இம்சித்துக் கொண்டிருந்த நேரத்தில்தான் விஜய் மல்லையா வங்கிகளில் வாங்கிய பலநூறு கோடி கடன் தொகைப் பற்றியும், நிலுவையில் உள்ள கடன் தொகைகளை செலுத்தாமல் அவர் வெளிநாட்டுக்குச் செல்லக்கூடாது என்ற நீதிமன்ற முறையீடும், இவை ஒன்றையும் பொருட்படுத்தாமல் விஜய் மல்லையா வெளிநாடு சென்ற செய்தியும் பத்திரிகைகளில் வெளியானது.

இதுதான் நம் நாட்டின் நிலை. சாதாரண விவசாயிகள் வாங்கிய கடன்த் தொகைக்காக அவமானப்படுத்தப்படுவதும், பெரு முதலாளிகள் சட்டத்தை வளைத்துத் தப்பிப்பதும் இயல்பான காட்சிகளாகி விட்டன நமக்கு.

இந்தியாவில் தினம் தற்கொலை செய்துகொள்ளும் 70 பேர்களில் 33 பேர் விவசாயிகள் என்கிறது தேசிய குற்றப் பதிவு பீரோ (NCRB). 2014 ஆம் ஆண்டு மட்டும் 12360 விவசாயிகள் தற்கொலை செய்து கொண்டிருக்கின்றனர். இதில் விவசாயிகள், விவசாயக் கூலிகள், பண்ணைத் தொழிலாளிகள், விவசாயம் சார்ந்தத் தொழில்களில் ஈடுபடுபவர்கள் எல்லோரும் அடக்கம். (இவ்வுண்மையை மாநில அரசுகள் ஏற்றுக் கொள்வதில்லை)

விவசாயிகளின் தற்கொலைக்குப் பொதுவாகக் கண்டறியப் பட்டுள்ள காரணங்களாக அதிகக் கடன் தொல்லை, திரும்பச் செலுத்த முடியாத வங்கிக் கடன், விளைச்சல் பொய்த்துப் போவது, குடும்பப் பிரச்சனை ஆகியவற்றை கூறுகின்றன ஆய்வுகள். இதில் மூன்றாவது காரணம் மட்டுமே சில நேரங்களில் இயற்கையால் நடைபெறுவது.

நமக்குத் தெரிந்தவரை விவசாயக் கடன்கள் தள்ளுபடி செய்யப்படுகின்றன. விவசாயிகளின் பெரும் செலவு மின்சாரம். 1990இல் இந்தியாவிலேயே முன்னோடி மாநிலமாகத் தமிழகம் இலவச மின்சாரத்தை அறிவித்து விவசாயிகளுக்குச் சலுகை அளித்துள்ளது. எவ்வளவு பெரு விவசாயியாக இருந்தாலும் மின்சாரம் இலவசமே. நம்மைப் பார்த்து இலவச மின்சாரம் அறிவித்துள்ள பிற மாநிலங்களில், பயன்படுத்தும் மோட்டாரின் குதிரைச் சக்தி திறனை வைத்துக் கட்டுப்பாடுகள் உள்ளன 5 hb வரை, 10 hb வரை என்று. ஆனால் நம் மாநில அரசு முழுமையாக இலவச மின்சாரம் கொடுக்கிறது. விவசாயிகளுக்குத் தேவையான தேர்ந்த விதைகள், உரம், பூச்சி மருந்து உள்ளிட்ட எல்லா வேளாண் இடுபொருள்களுமே முழு மான்யத்திலோ, பகுதி மான்யத்திலோ, கடனுக்கோ வழங்கப்படுகின்றன. மழையின் அளவு குறைந்தப் பகுதிகளில்கூட அதற்கேற்ற விவசாய முறைகளை கையாளவும், பயிர் வகைகளை உற்பத்தி செய்யவும் நவீன விவசாய முறைகள் வழக்கத்திற்கு வந்துவிட்டன. கேட்கும் நமக்குப் பரவாயில்லையே என்று தோன்றும். இவ்வளவு சலுகைகள், வசதிகள் கொடுக்கப்பட்டும் விவசாயிகள் ஏன் தற்கொலை செய்து கொள்கிறார்கள் என்று கோபம்கூட வரும்.

விதை இருக்கிறது, மருந்து இருக்கிறது, பூச்சிக் கொல்லி இருக்கிறது, மின்சாரம் இருக்கிறது, பாசனத்திற்கு நீர்கூட இருக்கிறது. எல்லாம் சரி. நிலம் எங்கே இருக்கிறது? நிலம் இருந்தால்தானே அரசு கொடுக்கும் சலுகைகளையும், உதவிகளையும் விவசாயி அனுபவிக்க முடியும்? நிலங்கள் எங்கே போயின?

2005 – 2006 ஆம் ஆண்டு தமிழகத்தின் விவசாய நிலங்கள் 1,29,52,283 ஏக்கர். 2013 – 2014 ஆம் ஆண்டு தமிழகத்தின் விவசாய நிலங்கள் 1,16,43,239 ஏக்கர். எட்டாண்டுகளில் மட்டும் காணாமல் போன விவசாய நிலங்கள் 13,09,044 ஏக்கர் என்றால்,

இந்த நிலங்களுடன் தொடர்புடைய விவசாயிகள், விவசாயக் கூலிகள், கால்நடைகள், உணவு உற்பத்தி இவர்களெல்லாம் என்ன ஆவார்கள்? படித்த வர்க்கம் மட்டுமே ஒரு தொழில் இல்லையென்றால் மற்றொரு தொழிலை செய்து எப்படியாவது பிழைத்துக் கொள்கிறது. மரபான தொழில் செய்து வந்தவர்களால், தங்களின் தொழிலைவிட்டு வேறொரு தொழில் செய்ய முடியாது. செய்யத் தெரியாது. குறிப்பாக விவசாயிக்கு.

விவசாயம் என்பது வெறும் தொழில் மட்டுமல்ல. விவசாயமே பூமியின் உயிரினங்களுக்கு உணவு கொடுத்துக் கொண்டிருக்கிறது. ஒரு நிலத்தில் உணவுப் பொருள் பயிரிடப்படுகிறது என்றால் அது மனிதர்களுக்கு மட்டுமான பயன்பாடு மட்டுமல்ல. கால்நடைகள் தொடங்கி, நாம் அறியாத பூச்சியினங்கள் வரைக்கும் அனைத்து உயிர்களும் விவசாய நிலம் சார்ந்தே உயிர் வாழ்கின்றன. உயிரினங்களின் உணவுச் சங்கிலியின் கண்ணி அறுந்து போகாமல் காத்துக் கொண்டிருப்பவை விவசாய நிலங்கள்தான்.

உலகத்து உயிர்களுக்கே உணவு கொடுப்பவன் என்ற பெருமிதத்தில் திளைத்துக் கிடப்பவன் விவசாயி. அந்த விவசாயிக்கு நிலம்தான் உயிர். நிலம்தான் கடவுள். நிலத்தை விட்டு வெளியேறுவது என்பதே விவசாயிக்கு நேரும் மரணம். சொந்த கடன்களுக்கான உள்ளூர்க் கைக்கூலிகளின் துணையோடு, நகரத்துப் பெருமுதலாளி களின் நிலப் பசிக்காக தங்களின் நிலத்தைவிட்டு வெளியேற்றப்படும் விவசாயிகள், மனரீதியாகவே இறந்து போகிறார்கள். குடும்பத்தின் வறுமைக்காகவும், வாழ்வாதாரத்திற்காகவும் நகரங்களுக்கு இடம் பெயரும்போது விவசாயிகளால் அந்தச் சூழலுடன் பொருந்திப் போக முடியவில்லை. மன அழுத்தத்தில் தற்கொலைக்குத் தூண்டப் படுகிறார்கள். ஒவ்வொரு விவசாயியின் தற்கொலைக்குப் பின்னாலும் இந்தச் சமூகத்தின் பங்கும், அதன் அங்கத்தினர்களான நம்முடைய பங்கும் இருக்கிறது.

விவசாயத்தின் முக்கியத்துவத்தை ஓர் அரசாங்கம் வந்து எடுத்துச் சொன்னால்தான் நமக்குப் புரியும் என்ற அவலநிலைக்கு நாம் இன்னும் போய் விடவில்லை. விவசாயி சேற்றில் கால் வைத்தால்தான் நாம் சோற்றில் கை வைக்க முடியும் என்பது நாம் அனைவருமே அறிந்த நிதர்சன உண்மை. ஆனால் சொந்த மண்ணின் மாந்தர்களாலேயே நம் நிலங்கள் தினம் தினம் மனைகளாக, தொழிற்சாலைகளாக, தரிசு

நிலங்களாக, முதலீடுகளாக மாற்றப்பட்டுக் கொண்டிருப்பதை நாம் அனுமதித்துக் கொண்டிருக்கிறோம். இந்த ஆபத்தான போக்கைத் தடுத்து நிறுத்த, விவசாய நிலங்களை மீட்டெடுக்க, விவசாயிகளின் தற்கொலைகளை அடியோடு தடுத்து நிறுத்த நமக்கு ஓர் அரசாங்கம் முன்வர வேண்டும்.

அதிக எண்ணிக்கையிலான பணியாளர்கள் இருக்கிறார்கள் என்ற காரணத்தினால் தனியாக ரயில்வே வரவு செலவு ஒன்றை ஒவ்வோராண்டும் மத்திய அரசு தாக்கல் செய்கிறது. ஏறக்குறைய 45 கோடி மக்கள் இன்றும் விவசாயிகளாக உள்ள இந்தியாவில் விவசாயத்திற்கு என்று தனி வரவு செலவு அறிக்கை தாக்கல் செய்யப்படுவதில்லை. விவசாயத்திற்கு என்று தனி வரவு செலவு அறிக்கைத் தாக்கல் செய்யப்படும்போதே அதன் மீதான கவனிப்புத் தொடரும். மாநில அரசும் தனக்கென ஒரு வேளாண் பட்ஜெட்டை தாக்கல் செய்ய வேண்டும். விவசாய நிலங்கள் மொத்தமாக வாங்கப்பட்டு, முதலீடுகளாக மாற்றப்படும் நிலையைத் தடுக்க, மூன்றாண்டுகளுக்குமேல் விவசாயம் செய்யப்படாமல் தரிசாகப் போடப்படும் நிலங்களை அரசாங்கம் எடுத்துக் கொள்ள சட்டம் கொண்டு வர வேண்டும். விவசாயத்திலிருந்து சிறு மற்றும் குறு விவசாயிகள் வெளியேறாமல் தடுக்க அதற்கான நிபுணர்களின் ஆலோசனைகளைப் பெற்று எந்தச் சுணக்கமும் இல்லாமல் அந்த ஆலோசனைகளை நடைமுறைப்படுத்த அரசியல் கட்சிகள் தங்களின் அறிக்கையில் தனியான வழிமுறைகளை உள்ளடக்கி இருக்க வேண்டும். இது அரசாங்கத்தின் தேவை மட்டுமல்ல. மனித குலமே உயிர் வாழ்வதற்கான அவசரத் தேவை.

"சுழன்றும் ஏர் பின்னது உலகு" என்று எவ்வளவு ஆழமான புரிதலுடன் சொல்லிச் சென்றுள்ளான் வள்ளுவன்.

ஏர் பின்னால் சுழலும் அரசாங்கமே நமக்கு வேண்டும்.

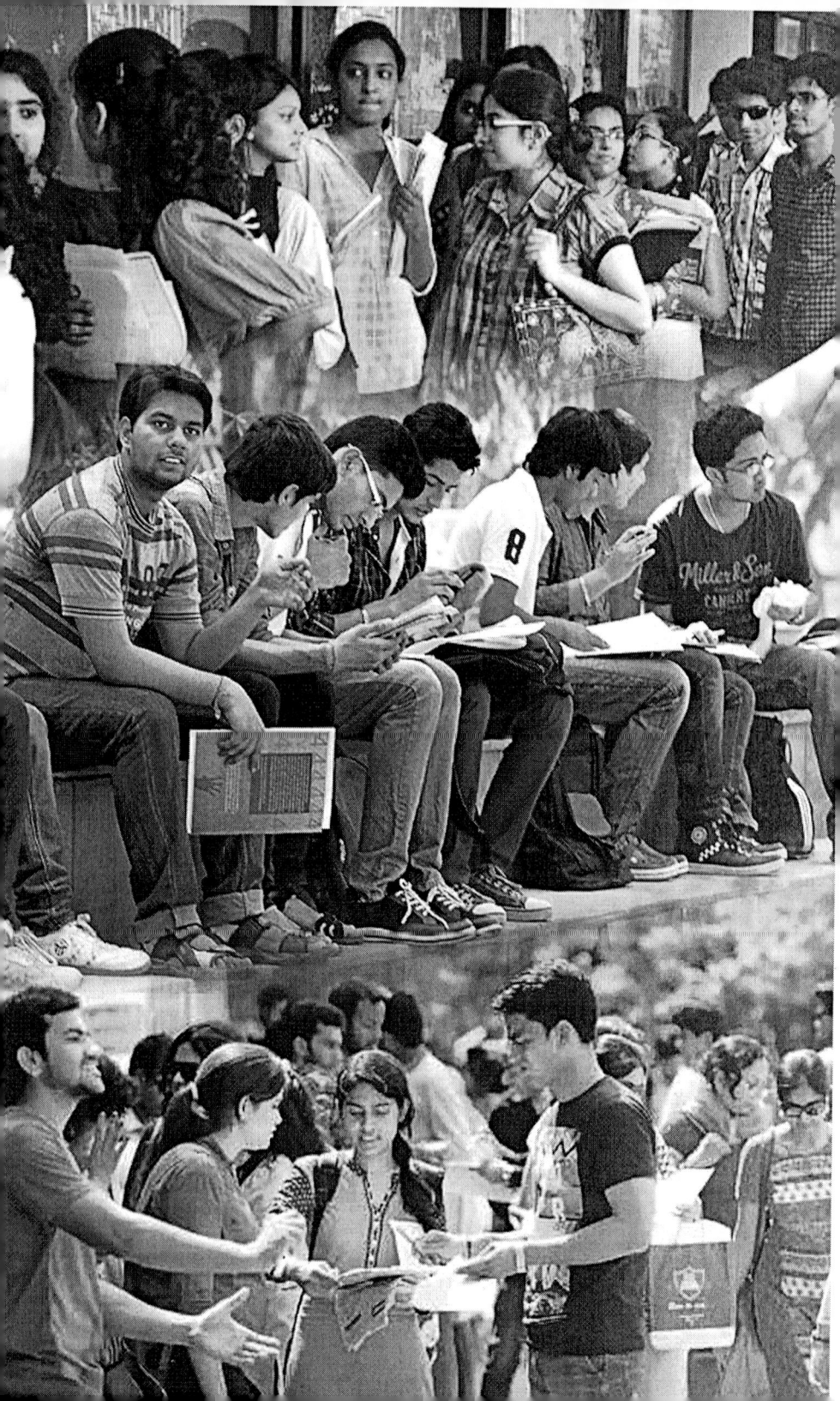

# 3

# போட்டித் தேர்வுகளில் வெல்ல மாட்டார்களா நம் பிள்ளைகள்?

ஒவ்வொரு சட்டமன்றத் தேர்தலுக்குப் பிறகும் பெரும்பான்மை தொகுதிகளை வென்ற கட்சி ஆட்சியைப் பிடிக்கும். தமிழகத்தைப் பொறுத்தவரை மாறாத ஒரு காட்சி இருக்கிறது. ஆட்சியைப் பிடிக்கும் கட்சி பதவியேற்கும் மேடையிலேயே முந்தையக் கட்சியின் ஆட்சியில் அறிவிக்கப்பட்டிருந்த அல்லது செயல்படுத்தப்பட்டிருந்த நலத்திட்டங்களுக்கு மாற்றான நலத்திட்டங்களை அறிவிப்பது. மக்கள் நலத் திட்டங்கள் ஆட்சிக்கு ஆட்சி மாறும் விந்தையான சூழல் தமிழகத்திற்குப் பழக்கமானதே.

ஆட்சிகள் மாறலாம். காட்சிகள் மாறலாம். ஆனால் தமிழக மக்களின் வாழ்க்கைத் தரத்தில் மாற்றம் கொண்டுவர எந்தக் கட்சி ஆட்சிக்கு வந்தாலும் மாறாத சில கொள்கைகள் தேவைப்படுகின்றன. குறிப்பாகக் கல்வி, மருத்துவம், வேளாண்மை, இயற்கைப் பாதுகாப்பு போன்ற அடிப்படை வாழ்வாதாரத் துறைகளில்.

தமிழகம் பல துறைகளில் இந்திய அளவில் முன்னணி மாநிலமாகத் திகழ்கிறது. வேளாண்மை, சாலைப் போக்குவரத்து, மருத்துவ வசதி, கல்வி வளர்ச்சி, பெண்களுக்கான வளர்ச்சித் திட்டங்கள் என்று தமிழகம் முன்னெடுத்துச் செல்லும் திட்டங்கள் இந்திய அளவில் பல மாநிலங்களில் முன்னோடி திட்டங்களாகவே உள்ளன.

ஆனால், மத்திய அரசின் வேலை வாய்ப்பு, இந்திய ஆட்சிப் பணி தேர்வு, AIMPT, IIT, AIIMS போன்றவற்றில் தமிழக மாணவர்களின் சேர்க்கையும் வேலை வாய்ப்பும் ஒப்பீட்டளவில் மிகக் குறைவே. சென்ற ஆண்டு நடைபெற்ற IITக்கான JEE தேர்வில் இந்திய அளவில் முதலிடம் பிடித்தது நம் அண்டை மாநிலமான ஆந்திரப் பிரதேசமே. தேர்வெழுதிய 1.54 லட்சம் மாணவர்களில் ஆந்திராவில் இருந்து மட்டும் 21818 மாணவர்கள் தேர்வு செய்யப்பட்டுள்ளனர். அகில இந்திய தொழில்நுட்பக் கல்விக்கான மத்திய அரசின் இந்த நுழைவுத் தேர்வில் இரண்டாம் இடத்தை உத்திரப் பிரதேச மாநிலமும் (19409 மாணவர்கள்), மூன்றாம் இடத்தை ராஜஸ்தான் மாநிலமும் (16867மாணவர்கள்), நான்காம் இடத்தை மகாராஷ்டிரா மாநிலமும் (13626மாணவர்கள்), ஐந்தாம் இடத்தை பிஹார் (10987மாணவர்கள்) மாநிலமும் பிடித்துள்ளன.

மொத்த மாணவர்களில் 53.3% இடத்தை இந்த ஐந்து மாநில மாணவர்களே பிடித்துள்ளனர். இந்த நுழைவுத் தேர்வின் முடிவில் இன்னொரு சுவாரசியமான செய்தியும் உள்ளது. பிஹார் மாநிலத்தின் கயாவிற்கு அருகே உள்ள பங்கரான் என்ற ஒரு கிராமத்தில் இருந்து மட்டும் 26 மாணவர்கள் IIT நுழைவுத் தேர்வில் வெற்றி பெற்றிருக்கிறார்கள். ஒவ்வோராண்டும் அந்தச் சின்னஞ் சிறிய கிராமத்தில் இருந்து அதிக அளவிலான மாணவர்கள் தேர்வாவது வழக்கமாம். அந்த ஊரின் சூழல் பற்றியும் இங்குக் குறிப்பிட வேண்டியது அவசியம். 10000 பவர் லூம் இயந்திரங்கள் ஓடக்கூடிய அந்த ஊர் எப்பொழுதும் ராட்சச சத்தத்துடந்தான் இருக்குமாம். அந்தச் சத்தத்தை தங்களுக்கான தடையாகக் கருதாமல் படிக்கற்களாக மாற்றிக் கொண்டுள்ளனர் அநத ஊர் மாணவர்கள். நாம் இன்னும் இந்த வாக்கியத்தை உணர்ச்சிப்பூர்வமான வசனமாக மட்டும் பேசிக் கொண்டிருக்கிறோம்.

தமிழகத்தில் இருந்து தேர்வு செய்யப்பட்டவர்கள் மொத்தம் 451 மாணவர்களே. அதில் 33 பேர் மட்டுமே மாநில பாடத் திட்டத்தில் படித்தவர்கள். அடிப்படை வசதிகளிலும் ஏராளமான கல்வித் தந்தைகளின் செல்வாக்கிலும் உயர்ந்திருக்கும் தமிழகத்தால் ஏன் மத்திய அரசின் பொது நுழைவுத் தேர்வுகளில் வெல்ல முடியவில்லை.

அகில இந்திய நுழைவுத் தேர்வுகளில் முதல் பத்து இடத்தைப் பிடிக்கும் மாநிலங்களின் எழுத்தறிவு சதவீதத்தை ஒப்பீட்டுக் காகக் கணக்கில் எடுத்துக் கொள்வோம். அடிப்படை வசதிகளற்ற நிறைய கிராமங்கள் உள்ள மாநிலம் பிஹார். எழுத்தறிவு வீதத்தில் நாட்டிலேயே கடைசி இடத்தில் இருக்கும் பிஹார் (63.82%) மாநிலம்தான் அகில இந்திய தொழில்நுட்ப நுழைவுத் தேர்வில் ஐந்தாம் இடத்தைப் பிடித்திருக்கிறது. ஒரே கிராமத்தில் இருந்து 26 மாணவர்களை IITக்கு அனுப்புகிறது. இன்னும் சொல்லப்போனால் எழுத்தறிவு சதவீதத்தில் முதல் பத்து இடங்களைப் பிடித்திருக்கும் மாநிலங்களில் கேரளாவைத் தவிர்த்து வேறெந்த மாநிலமும் அகில இந்தியத் தேர்வில் முதல் பத்து இடங்களைப் பிடிக்கவில்லை. நுழைவுத் தேர்வில் முதலிடம் பிடித்துள்ள ஆந்திரப் பிரதேசம் எழுத்தறிவு சதவீதத்தில் 32வது இடம். உத்திரப் பிரதேசம் 29, ராஜஸ்தான் 33, மஹாராஷ்டிரா 12 வது இடம். 14வது இடத்தைப் பிடித்துள்ள தமிழகத்தில் இருந்துதான் வெறும் 451 மாணவர்கள் தேர்வாகியுள்ளனர். பெண்களின் எழுத்தறிவு சதவீதத்திலும் தமிழகம் (73.90%), இந்தியாவின் (65.46%) எழுத்தறிவு சதவீதத்தைத் தாண்டியுள்ளது. எழுத்தறிவுக்கும் திறமைக்கும் தொடர்பில்லை என்பதையே நுழைவுத் தேர்வு வெற்றிகள் மறைமுகமாகச் சொல்கின்றனவோ?

தமிழகம் இந்தியாவின் பல்வேறு அம்சங்களில் இருந்து தனித்த அடையாளங்களுடன் இருக்கலாம். இருமொழிக் கொள்கையை பின்பற்றலாம். ஆனால், நம் பெருமைகள் எல்லாம் தமிழகத்தோடு முடங்கி இருக்கின்றன. பெரும்பாலும் தினக்கூலிகளாகத்தான் நாம் நம் மாநில எல்லையைக் கடக்கிறோம்.

மத்திய அரசின் அதிகாரமிக்கப் பணிகளுக்குத் தமிழர்கள் செல்வது நாளுக்கு நாள் குறைந்து கொண்டு வருகிறது. அகில இந்திய மருத்துவ நுழைவுத் தேர்வில் கேரளா முன்னணி வகிக்கிறது. போபாலில் உள்ள AIIMS மையத்தில் சேர்க்கப்படும் 100 மருத்துவ மாணவர்களில் சென்ற ஆண்டு 57 பேர் மலையாளிகள். இவர்களுக்கு மலையாளத்தில் நுழைவுத் தேர்வு எழுத வாய்ப்பில்லாத நிலையிலும் இந்த வெற்றியை இவர்கள் பெற்றிருக்கிறார்கள்.

இந்தியக் குடிமைப் பணிக்கானத் தேர்வில் மட்டுமே தமிழகம் தன் நிலையை முற்றிலும் இழக்காமல் கொஞ்சம் சோபித்துக் கொண்டிருக்கிறது.

எந்தக் கட்சி ஆட்சிக்கு வந்தாலும் தமிழக மாணவர்கள் அகில இந்திய கல்வி மையங்களிலும், இந்தியக் குடிமைப் பணி உள்ளிட்ட மத்திய அரசின் பணிகளிலும் அதிக அளவில் தேர்வாக அரசு உடனடியாக வழியறிய வேண்டும்.

கல்வி மேம்பாடே சமூக மேம்பாடு. அதை நம் வாக்குகள் வலியுறுத்த வேண்டும்.

◻

# 4

## குழம்புவதற்கா கல்வி?

அகில இந்திய நுழைவுத் தேர்வுகளிலும் குடிமைப் பணி களிலும் தமிழக மாணவர்கள் பின்தங்கிய நிலையில் இருப்பதை ஒரு கட்டுரையாக தேர்தல்களம் பகுதியில் எழுதியிருந்தேன்.

நிறைய எதிர்வினைகள். குறிப்பாகப் பிற மாநிலத்தில் இருக்கும் தமிழர்கள் மற்றும் அயல்நாடுகளில் இருக்கும் தமிழர்களிடம் இருந்து. வருத்தங்கள், கோபங்கள், ஆதங்கங்களைப் பகிர்ந்து கொண்ட மின்னஞ்சல்களுக்கு மத்தியில் கோவை ஆனைமலையில் இருந்து வந்த குரு என்பவரின் மின்னஞ்சல் மிக முக்கியமான தகவல்களை தாங்கி வந்திருந்தது

28 ஆண்டுகளாக 11 மற்றும் 12 வகுப்பு மாணவர்களுக்கான பயிற்சி மையம் நடத்தும் இவர் அகில இந்திய அளவில் தமிழக மாணவர்களின் நிலை குறித்து தகவல் அறியும் சட்டத்தில் ஏராளமானத் தகவல்களை வாங்கி வைத்துள்ளார். அவரின் ஆதங்கம் இரண்டு. AIIMS நடத்தும் அகில இந்திய மருத்துவ நுழைவுத் தேர்வில் சென்ற ஆண்டு ஒரே ஒரு தமிழ் மாணவர் கூட சேரவில்லை. தமிழ்நாட்டில் அரசு மருத்துவ கல்லூரிகளில் 1.2% மட்டுமே அரசுப் பள்ளி மாணவர்கள். மீதமுள்ள 98.8% தனியார் பள்ளிகளைச் சேர்ந்த மாணவர்கள்.(இந்தப் புள்ளி விவரம் குறித்து இன்னும் தெளிவு பெற வேண்டியுள்ளது) CBSEயில் மாணவர்கள்

நிறையப் பாடங்களை சிரமப்பட்டுப் படித்தாலும், அவர்களுக்கான வாய்ப்புகள் தமிழகத்தில் பொது நுழைவுத் தேர்வு இன்மையால் மறுக்கப்படுகிறது என்பது.

அவரின் விருப்பங்கள் இரண்டு. மேற்கூறிய இரண்டு ஆதங்கங்களைப் போக்க இரண்டு வழிமுறைகள் உள்ளன. ஒன்று மத்திய அரசின் பொது நுழைவுத் தேர்வை நம் மாநில அரசும் ஏற்றுக்கொண்டு நடத்தவேண்டும். இரண்டாவது மாநிலம் முழுக்க அகில இந்திய பொதுத்தேர்வில் நம் மாணவர்கள் வெற்றிபெறும்படி அனைத்துத் தமிழகப் பள்ளிகளும் CBSE பாடத்திட்டத்தைப் பின்பற்றவேண்டும் என்பது.

குரு அவர்களின் மின்னஞ்சலில் எனக்கு மிக அதிர்ச்சியை ஏற்படுத்திய புள்ளி விவரம் நுழைவுத் தேர்வை ரத்து செய்தபிறகு, அரசுப் பள்ளி மாணவர்களின் சேர்க்கை விகிதம் 20%இல் இருந்து 1.2 சதவீதமாகக் குறைந்துவிட்டது. பனிரெண்டாம் வகுப்பில் பெறும் மதிப்பெண்களை வைத்து மருத்துவக் கல்லூரியில் இடம் பிடித்துவிடமுடியும் என்ற நிலை வந்தபிறகு, தனியார்ப் பள்ளிகள் அனைத்தும் தங்களின் பள்ளி மாணவர்களுக்கு தீவிரப் பயிற்சி கொடுத்து அதிக மதிப்பெண்களை வாங்க வைத்து அரசுப் பள்ளிகளை பின்தங்க வைத்துவிட்டன என்ற உண்மையே இதன் பின்னணியில் உள்ளது.

இதேநேரத்தில் தான் நுழைவுத் தேர்வு தொடர்பாக இந்திய மருத்துவக் கவுன்சில், இந்திய பல் மருத்துவக் கவுன்சில் வெளியிட்ட அறிவிப்பை ரத்து செய்து உச்சநீதிமன்றம் கடந்த 2013 ஆம் ஆண்டு ஜூலை 18ஆம் தேதி வெளியிட்ட தீர்ப்பை மறு ஆய்வு செய்யக் கோரும் மனுவை மத்திய அரசு திரும்பப் பெற வேண்டும் என்று வலியுறுத்தி தமிழக முதல்வர் அவர்கள் பிரதமருக்குக் கடிதம் ஒன்றை எழுதியுள்ளார் என்ற செய்தியும் வெளியாகி இருந்தது. தமிழக அரசு நுழைவுத் தேர்வை ரத்து செய்ய முடியாது என்பதற்கான காரணமாக முதல்வர் கூறியுள்ள கருத்து இங்குக் கவனிக்கத்தக்கது. அகில இந்தியப் பொது நுழைவுத் தேர்வை ரத்து செய்ததின் மூலமாகவே, கிராமப்புற ஏழை மாணவர்களுக்கும் மருத்துவப் படிப்பு பயில்வதற்கான தளம் உருவாக்கப்பட்டுள்ளது என்பதே அக்கடிதத்தின் சாரம்.

அரசின் விருப்பமும், முயற்சிகளும் இவ்விதம் இருக்க புள்ளி விவரங்கள் நேர் எதிராக இருப்பதைப் பார்க்கும்போது என்னதான் நடக்கிறது தமிழகக் கல்வி முறையில் என்ற குழப்பமே மேலோங்குகிறது.

தமிழகத்தில் கல்வியைபோல் சிக்கலாக்கப்பட்ட விஷயம் வேறொன்றும் இல்லை. CBSE, MATRICULATION, ANGLO INDIAN, STATE BOARD ஆகிய பாடத்திட்டங்கள், அரசு, தனியார், அரசு உதவிபெற்றும் என்று பல்வேறு நிர்வாகங்கள். கல்வியை ஏற்றத்தாழ்வு நிரம்பியதாக வைத்திருப்பதற்கான எல்லா அம்சங்களும் தமிழகத்தில் நிலைகொண்டு விட்டன. இந்த வேறுபாடுகளை களையவே சமச்சீர்க்கல்வி பாடத் திட்ட அளவில் முயற்சிகள் மேற்கொண்டாலும், அதை எளிதாகக் கடந்துபோக தனியார்ப் பள்ளிகள் கற்றுக்கொண்டுள்ளன.

நுழைவுத் தேர்வில்லாமல் மருத்துவம் உள்ளிட்ட உயர் கல்விக்குப் போகமுடியும் என்ற நிலையை தமிழக அரசாங்கம் உருவாக்கியதற்குக்காரணம், நுழைவுத் தேர்விற்கானபயிற்சி, பயிற்சி மையம், நுழைவுத் தேர்விற்கான வழிகாட்டி கையேடுகள் ஆகியவை எல்லா மாணவர்களுக்கும் கிடைப்பதற்கான் வாய்ப்புக் குறைவு. நகரப் பின்னணி கொண்ட மாணவர்களும், பொருளாதாரத்தில் மேம்பட்ட மாணவர்களுமே நுழைவுத் தேர்விறகாக தயாராகி வெற்றிபெறும் நிலை இருந்ததை மாற்றுவதற்காகவே.

கிராமத்து மாணவர்கள் அறிவுநிலையில் மேம்பட்டு இருந்தாலும் வழிவகைகள் தெரியாததால் மருத்துவம், பொறியியல் உள்ளிட்ட தொழிற்படிப்புகளில் சேருவதற்கு வழியின்றி இருந்தார்கள். மேல்நிலைக் கல்வியை நன்றாகக் கற்று அதிக மதிப்பெண்களை பெறும் மாணவர்கள் நேரடியாக மருத்துவம் உள்ளிட்ட படிப்புகளில் சேரும் வழிவகை உருவாக்கப்பட்டது. ஆனால் சமீபத்திய புள்ளிவிவரங்களை நோக்கும்போது கிராமத்து ஏழைமாணவர்களும் பொருளாதாரத்தில் பின்தங்கிய நடுத்தர வர்க்க மாணவர்களும் தொடர்ந்து புறக்கணிக்கப்பட்டு வந்திருப்பது புரிகிறது.

காரணம் மாநில அரசின் பொதுத்தேர்வில் நிறைய மதிப்பெண்களை பெற்றுவிட்டால் போதும், எல்லா உயர்கல்வியும் கைவசம் என்பது உள்ளங்கை நெல்லிக்காயாக இருக்கையில் கல்வி வியாபாரிகள் கல்வியை ஒரு நவீனத் தொழிலாக்கிவிட்டார்கள்.

பல தனியார் பள்ளிகளில் பதினொன்றாம், பனிரெண்டாம் வகுப்பிற்கு வாங்கும் கல்விக் கட்டணமும் கெடுபிடிகளும் மாணவர் சேர்க்கைக்கான கடுமையான விதிமுறைகளும் நம்மை மிரட்டுகின்றன. பல லட்சங்களைச் செலவு செய்து ஒரு வருடத்தின் பாடத்தை இரண்டாண்டுகள் படிக்க வைத்து, பிள்ளைகளை ஓயாமல் எழுத வைத்து முக்கியப் பாடங்களில் அதிக மதிப்பெண் வாங்க வைத்துவிடுகிறார்கள். நுழைவுத் தேர்வு ரத்துக்குப் பிறகே முக்கியப் பாடங்களில் நூற்றுக்கு நூறு வாங்குவதும், மொத்த மதிப்பெண்கள் அதிகமானதும் நடந்து வருகிறது. முன்பெல்லாம் ஆயிரம் மதிப்பெண்களை வாங்கவே கண்ணைக் கட்டும். இப்பொழுது பிள்ளைகள் 1190யைத் தொட்டு விடுகிறார்கள் என்பதில் மாணவர்களின் அறிவுத் திறன் மேம்பட்டிருக்கிறது என்பதைவிட பயிற்சி மேம்பட்டிருக்கிறது என்பதே உண்மை. பதினொன்றாம் வகுப்புப் பாடங்களை முழுமையாக விட்டுவிட்டோ, அல்லது பெயருக்குத் தொட்டுவிட்டோ இரண்டு ஆண்டுகளுக்கும் சேர்த்து பனிரெண்டாம் வகுப்பு பாடத்தையே படிக்க வைக்கப்படுகிறார்கள் தனியார்ப் பள்ளி மாணவர்கள். அதனால் அதிக மதிப்பெண்கள் என்பது நம்முடைய தரமான கல்வி நிலைக்கான குறியீடு இல்லை.

அதிக மதிப்பெண்களைப் பெற்று இவர்கள் எல்லோரும் குறிவைப்பது அரசுக் கல்லூரிகளை. மழலையர் பள்ளியில் இருந்து மேனிலைக் கல்விவரை தனியார்ப் பள்ளிகளிடம் லட்சங்களைக் கொடுத்துப் படிக்கும் மாணவர்களின் தேர்வு அரசு மருத்துவக் கல்லூரிகள், பொறியியல் கல்லூரிகள். காரணம், அவை மட்டும்தானே குறைந்தக் கட்டணத்தில் உயர்கல்வியை வழங்குகின்றன.

ஆனால் ஒன்றாம் வகுப்பில் இருந்து மேனிலைக்கல்வி வரை அரசுப் பள்ளியில் படித்த மாணவர்கள் அரசு மருத்துவக் கல்லூரிக்கோ, பொறியியல் கல்லூரிக்கோ போகமுடியவில்லை என்பது எவ்வளவு துயர் நிரம்பிய முரணான உண்மை? இதற்கு நிச்சயம் மாணவர்கள் காரணம் அல்ல. மாணவர்களைத் தவிர்த்து அனைவரையும் குற்றச்சாட்ட முடியும்.

இந்திய அளவில் தனக்கென பாடத்திட்டம் வைத்துள்ள மாநிலங்களுள் தமிழகமும் ஒன்று. மற்ற மாநிலங்கள் எல்லாமே மத்திய அரசின் பாடத்திட்டத்தையே பின்பற்றுகின்றன. இது மிக நல்ல விஷயமே. அதுபோல் ஏழை மாணவர்களின் கல்வி

உரிமையைப் பாதுகாக்கத் தமிழக அரசு நுழைவுத் தேர்வை ரத்து செய்ததும் பாராட்டுக்குரிய துணிச்சலான முயற்சியே. ஆனால், இந்த முயற்சிகள் எல்லாம் முழுமையானப் பலன் கொடுக்க வேண்டுமானால், நம்முடைய அரசு இன்னொரு கடினமான முடிவை எடுக்க வேண்டும். மிக மோசமான விளைவுகளை முதலில் உண்டாக்கும் என்றாலும் துணிந்து அந்த முடிவை எடுத்துவிட்டால் கல்வியின் அநேகக் குறைபாடுகளை அரசால் உடனே களைந்துவிட முடியும்.

அதுதான் கல்வியை முழுக்க முழுக்க அரசுடைமை யாக்குவது.

◻

# 5

## பிள்ளைகளின் எதிர்காலமா பணையத்திற்கு?

என்ஜினியரிங் முடித்து விட்டு ஃபாஸ்ட் புட் கடையில் வேலை பார்க்கும் நம் பக்கத்து வீட்டுப் பையனை நன்கறிவோம். என்ஜினியரிங் முடித்துவிட்டு எக்ஸ்போர்ட் கம்பெனியில் வேலைக்குச் செல்லும் நம் பக்கத்துத் தெரு பெண்ணையும் நாம் நன்கறிவோம். ECE முடித்துவிட்டு, மெக்கானிக்கல் வேலை பார்க்கும் நம் பிள்ளைகளும் இருக்கிறார்கள். என்ஜினியரிங்குக்கே தொடர்பில்லாத, வேலையை செய்யும் என்ஜினியர்களும் இருக்கிறார்கள். ஏரோனாட்டிக்ஸ் படித்துவிட்டு டிசைனிங் செய்து கொண்டிருக்கும் நண்பரின் பிள்ளைகள் இருக்கிறார்கள். மேற்சொன்ன வாய்ப்புகள் எதுவுமே இல்லாமல், நௌகரி.காமில் வேலை வாய்ப்புகளை தேடிக் கொண்டே இருக்கும் ஏராளமான இளைஞர்கள் இருக்கிறார்கள். என்ஜினியரிங் படித்து முடித்துவிட்டு வந்து 7000, 8000 ரூபாய் சம்பளம் வாங்கிக் கொண்டு, தன்னுடைய அன்றாடச் செலவையே சமாளிக்க முடியாமல், படிப்புக்காக வாங்கிய வங்கிக் கடன் கழுத்தை நெறிக்க, தற்கொலை செய்து கொள்ளும் இளைஞர்களையும் நாம் கடந்து கொண்டுதான் இருக்கிறோம். வளாகத் தேர்வில் வேலை வாய்ப்புக்கான ஆணையை வாங்கி வைத்துக் கொண்டு, இரண்டு வருடங்கள்கூட காத்திருக்கும் பிள்ளைகளும் இருக்கவே செய்கிறார்கள். பத்து சதவீதம் மாணவர்களே படித்தப் படிப்புக்கான நல்ல வேலையும், நல்ல சம்பளத்தோடும் இருக்கிறார்கள்.

என்னதான் நடக்கிறது என்ஜினியரிங் கல்லூரிகளில்? 65% மதிப்பெண் எடுத்தால் மட்டுமே என்ஜினியரிங் கல்லூரி வாசலை மிதிக்க முடியும் என்ற நிலையை மாற்றி, பனிரெண்டாம் வகுப்பில் தேர்ச்சி பெற்றிருந்தால் போதும், அல்லது தோல்வியுற்றப் பிறகு எழுதித் தேர்ச்சி பெற்றிருந்தால்கூட போதும், என்ஜினியரிங் கல்லூரியில் சேரலாம் என்ற அரசின் உத்தரவு வந்தபோது நாமெல்லாம் எவ்வளவு மகிழ்ந்தோம்? கிராமத்து, ஏழை வீட்டு விவசாயியின் மகன்கூட என்ஜினியர் என்ற சமூக அந்தஸ்தை பெற்றுவிட முடியும் என்று அக மகிழ்ந்திருந்தோமே? என்ஜினியரிங் என்ற மிகப் பெரிய அந்தஸ்து கிடைத்துவிட்டால் நம் குடும்பங்கள் பொருளாதாரத்தில் உயர்ந்துவிடுவதோடு, நம் வீடுகளின் வறுமையும் முற்றாக ஒழிந்து விடும் என்று கனவு கண்டோமே? அந்தக் கனவு இன்று பாதியில் கலைந்துவிட்டதே? ஏன் இப்படி நடந்தது?

வேலையின்மையால் தற்கொலை செய்துகொள்ளும் மாணவர்களில் என்ஜினியர்கள்தான் முதலிடம் பிடிக்கிறார்கள் என்கிறது புள்ளி விவரம். என்ஜினியரிங் முடித்துவரும் நம்முடைய பிள்ளைகளில், பத்து சதவீதத்தினருக்குக்கூட தன்னுடைய புலம் சார்ந்த அடிப்படை திறமை இல்லை என்கின்றன வேலை கொடுக்கும் நிறுவனங்கள். தொழில்நுட்பம் என்பது வெறும் அறிவு அல்ல.. அது ஒரு கலைதான். அறிவியல் கலை. அந்தக் கலையை தன்னுடைய முழுமையான ஈடுபாட்டுடன் கற்றுத் தெளிய வேண்டிய மாணவர்கள், நர்சரி பள்ளி மாணவர்கள்போல் மனப்பாடம் செய்து எழுதித் தேர்கிறார்கள். புத்தகம் தின்று வளர்ந்தப் புழுக்களாகவே வெளிவரும் இவர்களால், நம் சமூகத்திற்கு என்னப் பயனைக் கொடுத்துவிட முடியும்? அல்லது அவர்களின் சொந்த அறிவு வளர்ச்சியில் என்ன முன்னேற்றத்தைக் கண்டுவிட முடியும்? ஊரெல்லாம் பனை வளர்த்தால் லாபம் என்று ஊரே பனை வளர்க்கத் தொடங்கிவிட்டதுபோல் என்ஜினியரிங் கல்லூரிகள் முளைத்ததற்கு யார் காரணம்?

வேலை கிடைக்கவில்லை என்கிறோம். ஆண்டிற்கு 80,000 நிரப்பப்படாத இருக்கைகள் இருப்பதாக அண்ணா பல்கலைக்கழகம் சொல்கிறது. ஆனால், ஊருக்கு ஒன்று, இரண்டு என்ஜினியரிங் கல்லூரிகள் முளைத்துக் கொண்டிருக்கின்றன.

அ.வெண்ணிலா ● 33

(தமிழகத்தில் மட்டும் 580 என்ஜினியரிங் கல்லூரிகள் இருக்கின்றன. இவற்றில் 33 மட்டுமே அரசு மற்றும் அண்ணா பல்கலைக்கழகக் கட்டுப்பாட்டில் உள்ள கல்லூரிகள். 20 தன்னாட்சிக் கல்லூரிகள் உள்ளன. மற்றவை தனியார் கல்லூரிகள்.) கல்லூரிகளில் பல புலங்களில் சேர மாணவர்களே இல்லை என்கின்றன கல்லூரிகள். புதுப்புது புலங்களுக்கு ஒவ்வோராண்டும் அனுமதி வழங்கப்பட்டுக்கொண்டே இருக்கின்றன. வருடத்திற்கு இரண்டு லட்சம் என்ஜினியர்கள் வெளியேறுகிறார்கள் கல்லூரிகளில் இருந்து. இது பனிரெண்டாம் வகுப்பில் தேர்வெழுதும் மாணவர்களின் விகிதத்தில் ஏறக்குறைய 25%. ஆனால் வேலை வாய்ப்பின்மை ஒவ்வோராண்டும் பத்து சதவீதம் அதிகரித்துக் கொண்டே போகிறது. வேலையின்மையால் தற்கொலைகள் அதிகரிக்கின்றன. ஆனால் வளாகத் தேர்விலேயே நாங்கள் வேலை வாய்ப்புகளை உருவாக்கித் தந்துவிடுகிறோம் என்கின்றன கல்லூரிகள். தேர்வாகி இரண்டாண்டுகள் ஆகின்றன. வெறும் நியமன ஆணையுடன் உட்கார்ந்திருக்கிறோம் என்கிறார்கள் மாணவர்கள்.

இவற்றையெல்லாம் சாதாரணர்களாகிய நாம் எப்படி புரிந்து கொள்வது? காசு கொடுத்துக் கல்லூரிக்கு அனுப்பிவிட்டால் போதும், அவர்கள் நம் குழந்தைகளைத் தகுதியாக்கி விடுவார்கள் என்று நம்பிக் கொண்டிருக்கும் நமக்கென்ன பதில் இருக்கிறது? இந்த இரண்டும்கெட்டான் நிலையில் நம் பங்கு என்ன? வெளிப்படையாக, நாம் நம் பக்கத்துத் தவறுகளையும் ஏற்றுக் கொள்ளும் மனநிலையுடன் யோசித்துப் பார்த்தால், நாமும்தான் இந்த நிலைக்கு ஒரு விதத்தில் காரணமாக இருந்திருக்கிறோம்.

நமக்கு நம் குழந்தைகளின் விருப்பம் பற்றிப் பெரும்பாலும் தெளிவு இருப்பதில்லை. அப்புறம் அவர்களின் கல்வியைப் பற்றி மட்டும் என்ன தெளிவு வந்துவிடப் போகிறது? தங்கள் குழந்தைகளின் உயர்கல்விக்காகப் பெரும்பாலும் அடுத்தவர்களின் ஆலோசனைகளை நாடுபவர்களே அதிகம். போகிறப் போக்கில் அவரவர் அவரவருக்குத் தெரிந்ததை சொல்லிவிட்டுச் செல்ல, நாம் நம் குழந்தைகளின் எதிர்காலத்துடன் விளையாடி விடுகிறோம். நான் சொல்வது எவ்வளவு தூரம் உண்மை என்பது, அண்ணா பல்கலைக்கழகத்தின் பொறியியல் கலந்தாய்வு நடைபெறும் தினத்தில் கூடியிருக்கும் பெற்றோர்கள், மாணவர்களை கவனித்துப்

பார்த்தாலே புரிந்துவிடும். யார் யாரோ சொன்னது, கிடைப்பதைத் தேர்வு செய்வது, நம் ஊருக்குப் பக்கத்திலேயே இருப்பது, கட்டணம் குறைவாக இருப்பது என்று ஒரு பாடப்பிரிவை தேர்வு செய்ய எளிதான பல காரணங்களை நாம் கையில் வைத்திருக்கிறோம். எடுக்கப்போகும் பாடப் பிரிவில், படிக்கப் போகும் பிள்ளைக்கு ஆர்வம் இருக்கிறதா, அதற்கான வேலை வாய்ப்பு என்ன, தேர்வு செய்யும் கல்லூரி எல்லா வசதிகளையும் கொண்டிருக்கிறதா என்ற கேள்விகளுக்கான பதிலை யோசிக்க வேண்டும் என்று கூட நம்மில் பலருக்குத் தெரியாது.

முதலில் சிவில் படித்தால் வேலை என்றார்கள். எல்லோரும் சிவில் படித்தார்கள். பிறகு மெக்கானிக்கல் படித்தால் வேலை என்றார்கள். எல்லோரும் மெக்கானிக்கல் படித்தார்கள். ஐ.டி.படித்தால்தான் இனி நம் தலைமுறையே உயிரோடு வாழ முடியும் என்று பத்தாண்டுகளுக்கு முன் பெரும் நோய் பரவியது எல்லோரிடமும். மாதச் சம்பளத்தை ஒரு பையில்தான் கொண்டு வரமுடியும் என்று மக்கள் நம்பினார்கள். திருப்பதியில் மொட்டை போடுவதைப்போல் எல்லோரும் போட்டுக் கொண்டோம். இப்பொழுது ஐ.டி. துறைகள் காற்றோடிக் கொண்டிருக்கின்றன.

நம் ஊருக்கு என்ன துறை தேவை, எவ்வகையானப் படிப்புகள் நம் நாட்டுக்குப் பயன்படும் என்று தொடங்குபவர்களும் யோசிப்பதில்லை, படிப்பவர்களும் யோசிப்பதில்லை. சேர்த்து விடுபவர்களும் யோசிப்பதில்லை. பல துறைகளில் சேர்ந்தப் பிறகே மாணவர்களுக்கு அந்தத் துறைப் பற்றிய விவரமே தெரிய வருகிறது. ஏமாந்து போகிறார்கள்.

கதவைத் திறந்தால் போதும், உள்ளே நுழைந்துவிடலாம் என்று இலவச தரிசனத்திற்குக் காத்திருப்பதைப் போலவே காத்திருந்து பழகிவிட்ட நமக்கு, தேர்வு செய்தல் என்பது பழக்கமில்லாததாக இருக்கிறது. எதைத் தேர்வு செய்ய வேண்டும் என்ற தெளிவு இல்லை.

அடுத்த கல்வியாண்டுத் தொடங்க இருக்கிறது. இப்பொழுது நாம் நம் குழந்தைகளை வேட்டைக்காரர்களிடம் இருந்தும், விளம்பரதாரர்களிடம் இருந்தும் காக்கத் தயாராவோம். நள்ளிரவிற்குள் மாற்றம் கொண்டு வர நாம் எந்தத் திரைப்படத்தின் கதாநாயகர்களும் அல்லவே. யுகப் புரட்சியாளர்களும் அல்ல.

குறைந்தபட்சம் நாம் செய்ய வேண்டியது, நம் குழந்தைகள் மனநோயாளிகளாவதைத் தடுப்பதும், தற்கொலைகளில் இருந்து அவர்களை காப்பதும்தான். அதற்கான எளிய வழி, என்ஜினியரிங் கல்லூரிப் படிப்பைத் தேர்வு செய்யும்போது மேற்சொன்ன உண்மைகளை ஆராய்ந்து பார்ப்பது நமக்குப் பாதுகாப்பானது.

நம் பலவீனத்தைக் காசாக்கிப் பெரும் முதலாளிகளாகி, கல்வித் தந்தைகளாகிப், பின் அமைச்சர்களாகவும் ஆகிவிடுகிறார்கள். அரசியலுக்குப் பணம் வருவதற்கான முதல்வழியாக கல்வி நிறுவனங்கள் நிறம் மாறிவிட்டன.

அரசியல்வாதிகளின் கைகளில் கல்வி நிலையங்கள் சென்ற பிறகு, அல்லது கல்வி நிலையங்களின் செயலர்கள் அரசியல்வாதிகளான பிறகு, விதிகள் என்பவை பெயருக்கான வையாகி விட்டன. மாணவர்களின் தரமான கல்வி, அவர்களின் எதிர்காலம், வேலை வாய்ப்புத் தரும் கல்வி இவை பற்றிய அக்கறையெல்லாம் இரண்டாம் நிலைக்குத் தள்ளப்பட்டு விட்டன. அரசே அவர்களிடம் இருக்கும்போது நாம் யாரிடம் முறையிடுவது?

நம் எல்லோருக்குமே தெரியும், ஒவ்வொரு மாவட்டத்தில் உள்ள மிகப் பெரிய அரசியல்வாதிகள்தான்(கட்சி வேறுபாடுகளற்று) இந்த என்ஜினியரிங் கல்லூரிகளின் செயலர்களாக இருக்கிறார்கள். நம் குழந்தைகளின் வாழ்க்கையோடு விளையாடும் இந்தக் கல்லூரிகளில் இருந்து மாற்றத்தைக் கொண்டுவர, நம் வாக்குகள் அவர்களை வற்புறுத்த வேண்டும். அரசு, தனியார், மான்யக் குழு, பெற்றோர், மாணவன் என்ற இந்த வட்டத்தின் எல்லாப் புள்ளியையும் சமூக முன்னேற்றத்தை நோக்கி இணைக்க முடியுமென்றால் அது நம் வாக்குகளால்தான் முடியும்.

□

6

# துளித்துளியாய்...

பத்தாம் வகுப்பு பொதுத்தேர்வில் எங்களுடைய மகள் 490 மதிப்பெண்கள் எடுத்திருந்தாள். ஐநூறுக்கு 490 என்பது இன்றைய நிலவரத்திலும் நல்ல மதிப்பெண்ணே. நாங்கள் எப்பொழுதுமே மதிப்பெண்களுக்கு அதிக முக்கியத்துவம் கொடுப்பதில்லை. ஆனால் அவள் தேர்வு எழுதியிருந்ததின் அடிப்படையில் இன்னும் ஐந்தாறு மதிப்பெண்கள் வந்திருக்க வேண்டுமே என்ற ஆதங்கம் மட்டும் இருந்தது.

அடுத்து என்ன செய்வது என்ற பரபரப்பின்றி நாங்கள் நண்பர்களைத் தொலைபேசியில் அழைத்துப் போன் செய்து பேசுவதும், இனிப்புக் கொடுப்பதுமாக அந்த நாளை கொண்டாடிக் கொண்டிருந்தோம். நாள் முழுக்கப் பேசிக் களைத்த எங்களுக்கு அன்று மாலைதான், பத்தாம் வகுப்புத் தேர்வு முடிவினைப் பார்த்தவுடன் பெற்றோர்கள் எல்லோரும் ஒவ்வொரு வாகனத்தைப் பிடித்துக் கொண்டு மேற்குத் தமிழகத்தை நோக்கிப் பயணித்துக் கொண்டிருப்பது தெரிய வந்தது. ஊத்தங்கரை தொடங்கி, கிருஷ்ணகிரி, தர்மபுரி, சேலம், நாமக்கல், திருச்செங்கோடுப் போய் சத்தியமங்கலம் காடு வரை அவர்களின் பயணம் இருந்தது. இதில் பல பெற்றோர்கள் தேர்வு முடிவு வருவதற்கு முந்தைய நாள் இரவே அங்குப் போய்ச் சேர்ந்திருந்தார்களாம். (முதலில் வரும் 100 பேருக்குக் கட்டணம் இல்லை என்று பல்வேறு கல்வி நிறுவனங்கள் அறிவித்திருந்ததின் காரணத்தால்)

அரசு மேனிலைப் பள்ளி கொணவட்டம் வேலூர்
அரசு மேனிலைப் பள்ளி
G.H.S. K.V.M
TN 23
D 5656

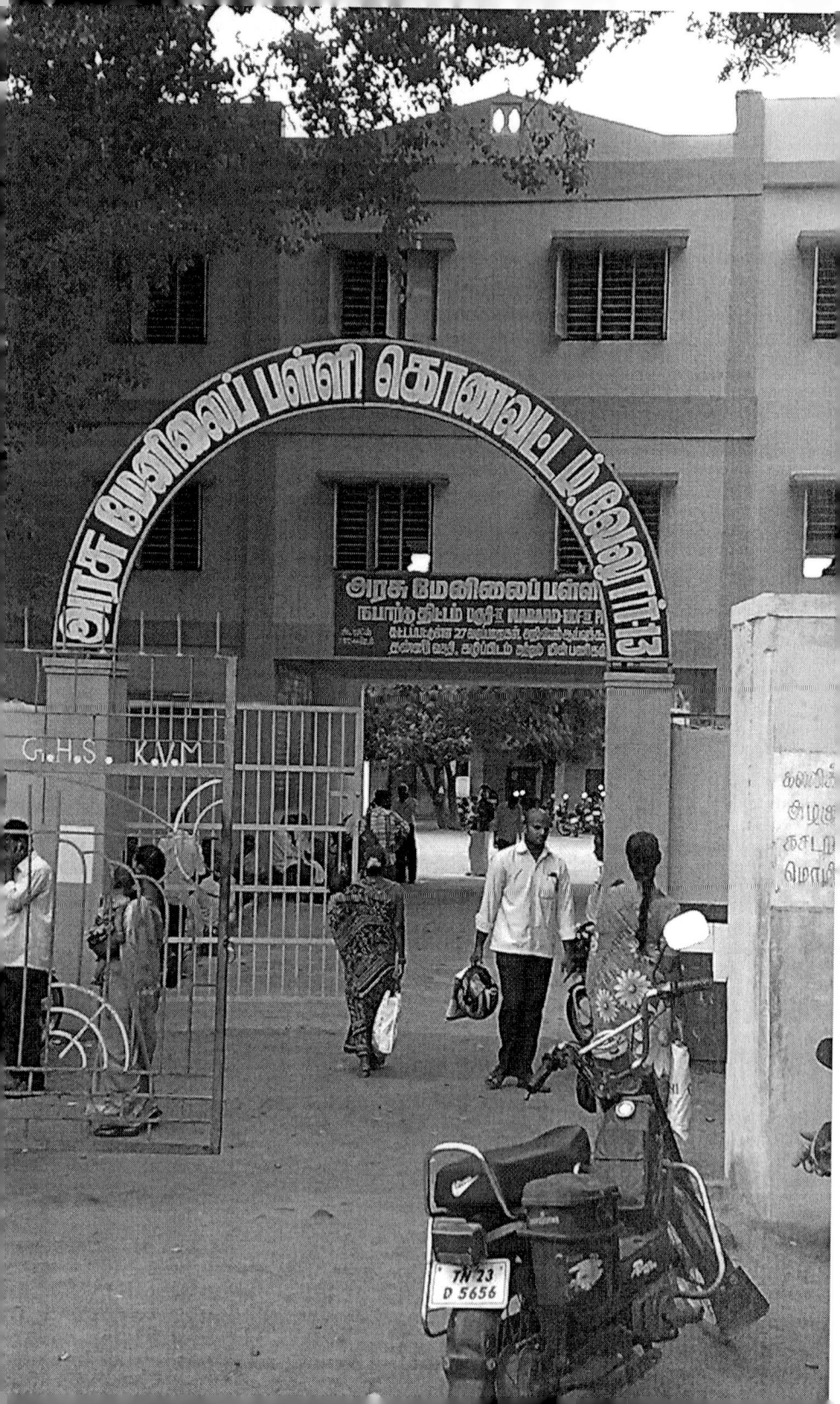

நீங்கள் என்ன இன்னும் இங்கேயே இருக்கிறீர்கள் என்று பலர் எங்களை ‘அட மக்குங்களா’ என்பது போலப் பார்த்தனர். ‘பாப்பா நல்ல மார்க் வாங்கியிருக்கு, அதனால் பரவாயில்லை. இன்னைக்கு நைட் கிளம்பி நாளைக்குப் போயிடுங்க. அப்பத்தான் நல்ல ஸ்கூல்ல சீட் கிடைக்கும்’ என்று எங்களுக்கு அக்கறையான ஆலோசனை வழங்கினார்கள். அந்த அளவிற்கு நாங்கள் நடைமுறை வாழ்விலிருந்து பின்தங்கியிருந்தது லேசாக உறைத்தது.

மகளை எங்குச் சேர்ப்பது என்று அப்பொழுதுதான் யோசிக்கத் தொடங்கினோம். மேலே சொன்ன எந்த ஊரின் பள்ளியில் சேர்ப்பது என்றாலும் மகளை விடுதியில் சேர்க்க வேண்டும். பதினான்கு வயதிற்குள் விடுதி வாழ்க்கையா என்று எனக்கே பீதியாக இருந்தது. அங்குக் கொடுக்கப்படும் சாப்பாடு, நடைமுறையில் இருக்கும் கட்டுப்பாடுகள், இரண்டாண்டுகளில் மாணவர்களுக்கு உண்டாக்கப்படுகின்ற மன நெருக்கடிகள், அங்கு நடக்கின்ற மாணவர்களின் சுய கொலைகள் இவற்றையெல்லாம் கேட்டறிந்தப் பிறகு மதிப்பெண் அறுவடை நிலையங்களான இந்தப் பள்ளிகளே வேண்டாம் என்று முடிவு செய்தோம். இரண்டாண்டுகள் எங்கோ கண்ணுக்குத் தெரியாத ஓர் இடத்தில் இயந்திரத்தைப்போல் பிழிந்தெடுக்கப்பட்டு குழந்தைப் பெறும் மதிப்பெண் பெற்றோர்களின் இயலாமையைக் காட்டுவதாகத் தோன்றியது.

எனவே உள்ளூரிலேயே சேர்க்க முடிவெடுத்தோம். உள்ளூரில் சேர்க்க நல்லப் பள்ளி எது என்று ஆலோசிக்கையில் எல்லாரும் முன்வைக்கும் பள்ளிகள் 99% தனியார் பள்ளிகளாகவே இருந்தன. 23 ஆண்டுகள் அரசுப் பள்ளியில் ஆசிரியராக வேலைப் பார்த்துக் கொண்டு, அரசாங்கத்தின் நல்ல ஊதியத்தின்மூலம் என்னை நடுத்தரவர்க்கத்திற்கு உயர்த்திக் கொண்டு, என்னுடைய பிள்ளைகளுக்கு வசதியான தனியார் பள்ளிகளில் கல்வி கொடுத்துக் கொண்டிருப்பதற்காக பலமுறை குற்றவுணர்ச்சியோடும் இயலாமையோடும் இருந்த எனக்கு இப்பொழுது கொஞ்சம் துணிச்சல் வந்தது. நம் பள்ளியைவிட வேறு நல்ல பள்ளி வேறெது இருக்க முடியும்? இந்த யோசனை என்னில் உதித்த கணம் மனசிற்குள் உடைந்தப் பனிக்கட்டியின் குளுமையை வார்த்தைகளில் சொல்ல முடியாது. என்னால் சரி செய்ய இயன்ற தப்பை நான் சரி செய்து விட்டதுபோல் மனம் லேசானது.

என்னுடைய முடிவை நடைமுறைப்படுத்துவது எளிதல்ல என்பது நான் எடுத்த முடிவை வெளியில் சொன்ன பிறகே எனக்குப் புரிய வந்தது. நண்பர்களில் பலர் நான் என் மகளின் எதிர்காலத்தைக் கெடுக்கப் பார்ப்பதாகவும், இவ்வளவு நன்றாகப் படிக்கிறப் பெண்ணின் திறமையைப் புரிந்து கொள்ளாமல் அவளின் படிப்பை நாசம் செய்வதாகவும், பின்னால் நிறைய வருத்தப்படப் போகிறேன் என்றும் அச்சுறுத்தினார்கள். சில நண்பர்கள் வெளிப்படையாகச் சொல்ல முடியாமல், 'உங்களுக்குத் தெரியாதது ஒன்னுமில்லை. நம்ம கருத்து, பேசுறது, போக்குவரத்து, இதெல்லாம் நம்மளோட வச்சுக்கணும். நம்ம பசங்க வாழ்க்கை நமக்கு முக்கியமில்லையா? அவ்ளோதான் சொல்ல முடியும். பார்த்துக்கங்க' என்று சிரித்தபடி சொல்லிச் சென்றார்கள்.

ஆசிரிய நண்பர்கள், எனக்குத் தெரிந்தவர்கள் என்று சுற்றிச் சுற்றி ஒரு கருத்தெடுப்பையே நடத்தினேன். என் முடிவை நடைமுறைப்படுத்தும் நம்பிக்கையான குரல்கள் வெகு அரிதாகவே எனக்குக் கிடைத்தன. சரி,சம்பந்தப்பட்ட நபரின் முழு ஒப்புதலை முதலில் பெறுவோம். பிறகு முடிவெடுப்போம் என்று என் மகளிடம் சொன்னேன். அவள் முதல் வார்த்தையிலேயே மறுத்துவிட்டாள். "நான் பத்தாவதோட நின்னாலும் நின்னுப் போயிடுவேனே தவிர உங்க ஸ்கூல்ல படிக்க மாட்டேன்" என்று முகத்தில் அறைந்ததைப் போலச் சொன்னாள். அவளுக்கு அழுகையும் வந்துவிட்டது.

அரசுப் பள்ளியில் சேர்க்கிறேன் என்று சொன்னது அவளை மிகவும் அவமானப்படுத்தும் நடவடிக்கையாக அவள் புரிந்து வைத்திருந்ததை அவளுடன் தொடர்ந்து பேசியதில் இருந்து புரிந்துகொள்ள முடிந்தது. "450 மார்க் கூட வாங்காதவங்கள்ளாம் வெளியூர்ல ஹாஸ்டல்ல சேர்ந்துப் படிக்கிறாங்க, நான் மட்டும் இங்கப் படிக்கணுமா?அதுவும் கவர்ன்மெண்ட் ஸ்கூல்ல?" என்று தொடர்ந்து விவாதித்தாள்.

எனக்கு மிகப்பெரிய அதிர்ச்சி. அரசுப் பள்ளிகளுக்கு எதிராக மாணவர்களின் மனநிலை நம் வீட்டிலேயே இப்படி இருக்கிறதே என்று எனக்கு மயக்கம் வராத குறையாகத் தலை சுற்றியது. ஆனால் மகள் மறுக்க மறுக்க நான் என்னுடைய முடிவில் உறுதியாக மாறினேன். என்னுடைய இந்த முடிவிற்கு ஆதரவாக இருந்து

நடைமுறைப்படுத்தத் தூண்டிய இரண்டே இரண்டு நண்பர்களும் நாங்களும் சேர்ந்து என் மகளுடன் தினம் பேசினோம். பேசிக் கொண்டே இருப்பாள். திடீரென்று அழுதுகொண்டே சென்று கதவைச் சாத்திக் கொண்டு அறைக்குள் படுத்துக் கொள்வாள். சாப்பிட வரமாட்டாள். அழுதழுது முகம் வீங்கிய அவளைப் பார்க்கும்போது தவறு செய்கிறோமோ என்று கவலையாக இருக்கும். ஆனால் எங்கோ ஒரு விடுதிக்குப்போய் ஒத்துப்போக முடியாமல் அவள் தினம் அழுவதற்கு இந்த அழுகைமேல் என்று சமாதானப்படுத்திக் கொண்டு எங்கள் முயற்சியைத் தொடர்ந்தோம்.

கடும்பாலையைக் கடப்பதைப் போன்ற கடுமையான பத்து நாட்கள். தினம் விதவிதமான அணுகுமுறைகளில் அவளிடம் பேசி, அவளுக்குப் புரிகிற விதத்தில் பல செய்திகளைச் சொல்லி... அப்பாடா... ஒரு வழியாக அவளைச் சம்மதிக்க வைத்தோம். உண்மைதான். வைக்கப்பட்டாள்தான். அவள் முழுமனதாக ஏற்றுக் கொள்ளவில்லை. “சரி.. உங்க டார்ச்சர் தாங்கலை.. அதனால ஒத்துக்கிறேன். பேசிப்பேசி கொல்றீங்க..போய்த் தொலைங்க” என்று அரை மனசாகச் சொன்னாள்.

அரையோ, முழுதோ ஒப்புதல்தானே முக்கியம் என்று உடனடியாகப் பள்ளியில் சேர்க்கும் நடவடிக்கையில் இறங்கினோம். புதிய சீருடை, நோட்டுப் புத்தகங்கள், புதிய புத்தகப் பை என்ற வழக்கமானத் தயாரிப்புகளோடு பள்ளிக்கு அழைத்துச் சென்றோம். பள்ளிக்கான ஆண்டுக் கட்டணமாக 750 ரூபாயைக் கட்டிய போது எனக்கு ஒரு கணம் ஸ்தம்பித்தது. இதுவரை ஆயிரம் ரூபாய் நோட்டு களாக எத்தனை ஆயிரங்களை எண்ணிக் கொடுத்திருக்கிறோம்...? பலவித மனப் போராட்டங்களுக்குப் பிறகு பதினொன்றாம் வகுப்பும் சேர்த்தாயிற்று.

பள்ளியில் சேர்க்கும் வரை என்னுடைய மனநிலை அவளை அங்குச் சேர்க்க வேண்டும் என்பதில் இருந்ததே தவிர... அவள் அந்தச் சூழலுக்கு எப்படி பொருந்திப் போவாள் என்பதில் இல்லை. அதுவரை பள்ளியில் கடைபிடிக்கப்படும் விதிகளை கேள்விகளற்று ஆசிரியராக நிறைவேற்றிக் கொண்டிருந்த நான் முதன்முறையாக ஓர் அம்மாவாக என் மகளுடன் பொருத்திப் பார்த்தேன். பள்ளியில் உள்ள வசதிகள், கழிப்பறைத் தூய்மை, காற்றோட்ட வசதி, வகுப்பறைகளின் இருப்பிட வசதி, அதிக அளவில் இருக்கும்

மாணவர்களின் எண்ணிக்கை என்று பள்ளியின் கட்டுமான வசதிகளைப் பற்றி நினைத்துப் பார்த்தேன். இந்தச் சூழலுக்குப் பொருந்திப் போவாளா என்று கொஞ்சம் பயமாகவும் இருந்தது.

நானே முன்னின்று பல யோசனைகளைச் சொன்னேன். "மதியம் சாப்பாட்டிற்கு வரும்போது வீட்டிற்கு வந்து வாஷ் ரூம் பயன்படுத்திக் கொள்ளலாம், ஃபேனுக்கு நேராக உட்கார்ந்துகொள், போர்ட் தெரியுற மாதிரி முதல் பெஞ்சுல உட்காரு" என்று முதல் வகுப்பில் சேர்த்துவிடும் குழந்தைக்குச் சொல்வதைப் போல சொல்லிக் கொண்டிருந்தேன். "அதெல்லாம் நான் பார்த்துக்கிறேன்... நீங்க போங்கம்மா..."என்று என்னை துரத்திவிட்டாள். அன்று மாலை வீட்டிற்கு வந்தவுடன், எப்படிடா இருந்தது வகுப்புகள் என்றேன். "ம்மா...சூப்பர்ப் மா..எல்லா டீச்சரும் டெய்லி டெயில்லா நடத்துறாங்க..." என்றாள். இதைவிட வெகுமதி வேறென்ன எனக்கு?

முதல்நாள் என்னுடன் வந்தவள் அடுத்த நாள் காலையிலேயே நான் தனியாக சைக்கிளில் போகிறேன் என்று கிளம்பிவிட்டாள். 'ஏன்டா' என்றால், "உன்கூடவே வந்து போனால் பசங்க ஃபிரெண்ட்லியா இருக்க மாட்டாங்கம்மா" என்றாள். எளிதாகச் சூழலோடு பொருந்திப் போய்விட்ட அவளுக்குக் கனிந்த முத்தம் ஒன்றைப் பரிசாகக் கொடுத்தேன்.

இப்பொழுது என் மகள் அரசுப் பள்ளியில் படிக்கிறாள். முதல் மகிழ்ச்சி... மேடைகளில், படைப்புகளில் வலியுறுத்தும் ஒரு விஷயத்தை நடைமுறைப்படுத்தியிருப்பது. இரண்டாவது மகிழ்ச்சி அந்தப் பள்ளி இருபாலர் பள்ளியாக இருந்தபொழுது என் அப்பா படித்தப் பள்ளி. என் அப்பா படித்தப் பள்ளியில், நான் படித்தப் பள்ளியில், நான் ஆசிரியராக இருக்கும் பள்ளியில் என் மகளும் படிக்கிறாள்.

மூன்றாவது மகிழ்ச்சி, அடுத்த ஆண்டு பத்தாம் வகுப்புத் தேர்வு முடிவு வந்தவுடன் இவளைப் பார்த்து இன்னும் சில நன்றாகப் படிக்கும் குழந்தைகளும் எங்கள் பள்ளிக்கு வருவார்கள். நிச்சயம்.

□

# 7

## எங்களுக்கு என்ன சொல்கிறீர்கள்?

நாங்கள் என்ன செய்ய வேண்டும்? இதுதான் இன்று தமிழகத்தில் மருத்துவப் படிப்புக்காகக் காத்திருக்கும் லட்சக் கணக்கான மாணவர்களின் கேள்வி. உச்சநீதிமன்றம நுழைவுத் தேர்வின் மூலமாகவே மருத்துவக் கல்லூரிகளுக்கான மாணவர்கள் சேர்க்கை நடத்தப்பட வேண்டும் என்று தீர்ப்பு வழங்கிய நிமிடத்தில் இருந்து தமிழக மாணவர்களும் பெற்றோர்களும் அதிர்ச்சியில் உறைந்திருக்கின்றனர்.

பனிரெண்டாம் வகுப்பில் வாங்கும் மதிப்பெண்களின் அடிப்படையிலேயே மருத்துவப் படிப்புக்கான சேர்க்கை நடந்து வரும் தமிழகத்தில், மாணவர்கள் அதற்கான மனநிலையோடும் தயாரிப்போடும் இருந்து வருகிறார்கள். மருத்துவப் படிப்பில் சேர்வதற்கானப் புதிய விதிமுறைகளை, பனிரெண்டாம் வகுப்புத் தேர்வு முடிவுகள் வரப்போகும் இறுதி நாட்களில் சொல்வது எவ்விதத்தில் நியாயமாகும்? மருத்துவக் கல்லூரிக்கான விண்ணப்பங்கள் மே 9ஆம் தேதி விநியோகிக்கப்படும் என்று ஏற்கனவே தமிழக மருத்துவக் கல்லூரி இயக்ககம் அறிவித்துள்ளது. இந்நிலையில் உச்சநீதிமன்றத்தின் தீர்ப்பு வெளியாகி இருக்கிறது.

Counter No
4

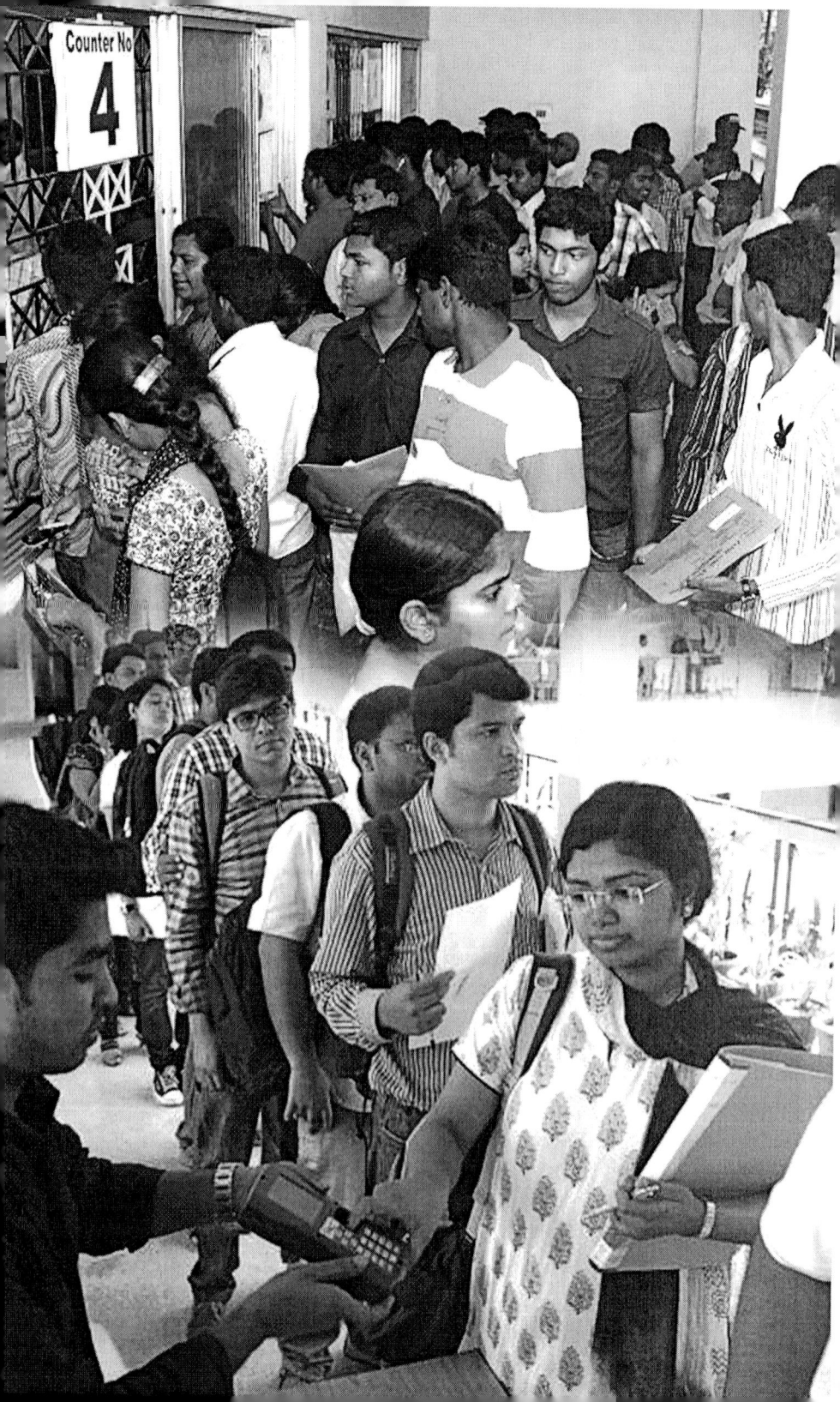

தீர்ப்பு வெளியாகி ஆறு நாட்கள் ஆகின்றன. இதுவரை தமிழக மாணவர்களுக்குத் தெளிவை உண்டாக்கும் வகையில் தமிழக மருத்துவத் துறை இயக்ககமோ, சுகாதாரத் துறை செயலரோ, அமைச்சரோ ஓர் அறிவிப்பையும் வெளியிடவில்லை. தேர்வு முடிவுகள் வெளியானவுடன் பரபரப்பாகத் தொலைக்காட்சி விவாதங்களில் பங்கேற்கும் கல்வியாளர்களும் இதில் அடக்கம். தமிழகமும் உச்சநீதிமன்றத்தின் தீர்ப்பிற்குள் உள்ளடங்கி யிருக்கிறதா? தமிழகத்தின் தனித்தச் சட்டத்தை உச்ச நீதிமன்றத்தின் தீர்ப்பு கட்டுப்படுத்தாதா? இந்த ஆண்டு மருத்துவப் படிப்புக்கான சேர்க்கை தமிழக அரசின் பழைய முறைப்படியே தொடருமா? அல்லது அகில இந்திய மருத்துவ நுழைவுத் தேர்வின் மூலமாகவே மாணவர் சேர்க்கை நடைபெறுமா? நான்கு மாநிலங்கள் உச்சநீதி மன்றத் தீர்ப்பின் மீது சீராய்வு மனு கொடுத்திருக்கின்றன. அதன் மீதான விசாரணை ஜூலை 3 ஆம் தேதி வரவிருக்கின்றது. ஏன் தமிழகம் சீராய்வு மனு கொடுக்கவில்லை. அதன் பின்னணி என்ன?

இத்தனைச் சந்தேகங்களும், குழப்பங்களும் இருக்க, வரும் ஜூலை மாதம் 24 ஆம் தேதி அகில இந்திய மருத்துவ நுழைவுத் தேர்வு எழுத முடியாத மாணவர்களுக்காக இரண்டாம் கட்டத் தேர்விற்கான தேதியை அறிவித்திருக்கிறார்கள். இந்த மருத்துவ நுழைவுத் தேர்வை நினைத்தவுடன் எல்லோரும் எழுதித் தேர்ச்சி பெற்றுவிட முடியாது.

தமிழக மாநிலப் பாடத்திட்டத்தில் படித்த மாணவர்கள், சிபிஎஸ்இ பாடத்திட்டத்தின் அடிப்படையில் நடைபெறும் இந்த நுழைவுத் தேர்வை எதிர்கொள்வது என்பது மிகச் சவாலானது. நகர்ப்புறங்களில் படிக்கும் மாணவர்கள் ஒன்பதாம் வகுப்பில் இருந்தோ, அல்லது பனிரெண்டாம் வகுப்பில் இருந்தோ இந்த நுழைவுத் தேர்வை எதிர்கொள்வதற்கான ஆயத்தங்களை மேற்கொள்கின்றனர். ஆனால், மாநிலப் பாடத்திட்டத்தில் படிக்கும் மாணவர்களால் உடனடியாக, அதுவும் 55 நாட்களில் எவ்வாறு தயாராக முடியும்?

மாணவர்களின் மனநிலையைப் பற்றிய எந்தப் புரிதலும், அக்கறையும் இருப்பதாக தமிழகத்தில் இருக்கும் காட்சிகள் புலப்படுத்தவில்லை.

அ. வெண்ணிலா

பெற்றோர்களும் மாணவர்களும் மனத்திற்குள் கொதித்துக் கொண்டிருந்தாலும் அதை வெளிக்காட்ட வழிகள் இல்லை. அரசியல் தலைவர்கள் அனைவரும் தேர்தல் பரபரப்பில் இருக்கிறார்கள். பிரதானக் கட்சிகள் அறிக்கைகள் விட்டதோடு சரி.

நம்முடைய அரசியல்வாதிகள் அவர்களின் அரசியல் பாதையில் தொய்வோ அல்லது உடனடியாக மக்களின் மத்தியில் தங்களின் மாநிலப் பற்று, மொழிப் பற்று, இனப் பற்று இன்னும் தீர்ந்து போகவில்லை என்பது பேசப்பட வேண்டுமென நினைத் தால், அவ்வப்போது சில பிரச்சனைகளைத் தீவிரமாக கையில் எடுப்பார்கள். காவிரி நீர்ப் பிரச்சனை, முல்லைப் பெரியாறு அணை விவகாரம், ஈழத் தமிழர்ப் பிரச்சனை, கண்ணகி பற்றிய விவாதம், சமீபத்தில் இதில் சேர்ந்திருப்பது ஜல்லிக்கட்டு. இவையெல்லாம் தேவையான நேரத்திற்கு அதிக ஆக்ரோஷத்துடன் முன்னெடுத்துப் பேசப்படும் விஷயங்கள். கொஞ்ச நாட்கள் அந்த ஆக்ரோஷம் ஓடும். மக்கள் கட்சிகளின் பற்றைக் கொஞ்சம் நம்பத் தொடங்கிவிட்டார்கள் என்றால், உடனே அரசியல்வாதிகள் அதை மறந்துவிட்டு அடுத்த விஷயத்திற்குப் போய்விடுவார்கள். மேற் சொன்னப் பிரச்சனைகளுக்கான நிரந்தர தீர்வை தமிழக கட்சிகள் என்றோ கொண்டு வந்திருக்க முடியும் என்பது நமக்கும் தெரியும். கட்சிகளுக்கும் தெரியும். ஆனால், ஆறாதப் புண்போல் அவை இருப்பதில் நன்மைகள் இருப்பதால், அந்தப் புண்கள் அப்படியே இருப்பதற்கு அனுமதிக்கப் பட்டிருக்கின்றன.

இந்தப் பட்டியலில் நுழைவுத் தேர்வும் சேர்ந்துவிடுமோ என்று அச்சமாக இருக்கிறது. அதிக அச்சத்திற்குக் காரணம் பாதிக்கப்பட போவது குழந்தைகள் என்பதும், அவர்களின் எதிர்காலம் இதில் அடங்கி இருக்கிறது என்பதும்தான்.

மாணவர்களை வழிநடத்துவது கல்வி நிறுவனங்கள்தான். கல்வி நிறுவனங்களை வழிநடத்துவது அரசாங்கம். அரசாங்கம் தனக்கென கல்விக் கொள்கைகளை வகுக்கிறது. கல்விக் கொள்கை களை வரையறுக்கக் கல்வியாளர்களை, அரசியல்வாதிகளை, அதிகாரிகளை நம்பியிருக்கிறது. மாநில முடிவுகள், மாநிலத்தின் சுயாட்சி, மாநிலத்தின் தனித்த கல்விக் கொள்கைகள் என்று எத்தனையோ விஷயங்களை உள்ளடக்கி மாநில அரசு கல்வி சார்ந்த முடிவுகளை எடுக்கிறது. அந்த முடிவுகளை மாணவர்களின்

பாடத்திட்டத்தில் எதிரொளிக்கச் செய்கின்றது. எந்த முடிவு எடுத்தாலும், என்ன கல்விக் கொள்கைக் கொண்டு வந்தாலும், அதில் மாணவர்கள் பாதிக்கா வண்ணம் இருக்க வேண்டும். அவர்களின் கல்வித்தரம் மேம்பட வேண்டும். அவர்கள் எந்த இடையூறும் இல்லாமல் உயர்கல்வி பெற வேண்டும். இதுதான் மாணவர்களின் சின்ன எதிர்பார்ப்பு.

நுழைவுத் தேர்வு ரத்து என்பது தமிழக மாணவர்களின் அரிய வரப்பிரசாதம். நுழைவுத் தேர்வு வேண்டும் என்று விரும்புபவர்கள் இரண்டு மிக முக்கியமான குற்றச்சாட்டுகளை முன்வைக்கிறார்கள். ஒன்று கோழிப் பண்ணைகளைப்போல் நடத்தப்படும் பள்ளிகள் பதினோறாம் வகுப்பை முழுமையாகப் புறக்கணித்துவிட்டு, இரண்டாண்டுகள் லாடம் கட்டிய குதிரைகளைப் போல், மாணவர்களைக் கொடுமைப்படுத்தி பனிரெண்டாம் வகுப்புப் பாடங்களை மட்டும் படிக்கச் செய்து, மருத்துவப் படிப்பில் பெரும்பான்மையான இடங்களைப் பிடித்து விடுகின்றனர். இதனால் அரசுப் பள்ளி மாணவர்கள் மருத்துவப் படிப்பில் சேர முடியாமல் மிகவும் பின்தங்கி விடுகின்றனர். உண்மையில் கிராமப்புற ஏழை மாணவர்கள் பயன்பெறவே அரசாங்கம் முயற்சி செய்து இந்த நுழைவுத் தேர்வை ரத்து செய்தது. ஆனால் அந்த நோக்கம் நடைமுறையில் நிறைவேற விடாமல் செய்வது, தனியார்ப் பள்ளிகள்தான். இதன்மூலமாக, பெரிய அளவிற்குத் தரமான கல்வியைக் கொடுக்காத தனியார்ப் பள்ளிகளுக்குக்கூட மிகப் பெரிய மரியாதையும், அங்கீகாரமும் ஏற்பட்டிருக்கிறது. கல்வித் தந்தைகள் ஊருக்கு நால்வர் உருவாகிவிட்டார்கள். அரசுப் பள்ளிகளில் மாணவர்கள் சேர்க்கை இவை போன்ற தனியார்ப் பள்ளிகளால்தான் வீழ்ச்சியடையத் தொடங்கி இருக்கிறது.

இரண்டாவது குற்றச்சாட்டு, இயந்திரத்தனமாக வெறும் பயிற்சியினால் மட்டுமே அதிக மதிப்பெண்கள் வாங்க பயிற்றுவிக்கப்பட்ட மாணவர்கள், மருத்துவக் கல்லூரியிலும், பொறியியல் கல்லூரியிலும் சேரும்போது அதன் தரம் குறைந்து விடுகிறது. குறிப்பாக மருத்துவக் கல்லூரியின் தரம் குறைவதோடு, மக்களுக்கான சேவைப் பணி என்பதும் அடியோடு மறைந்து வருகிறது என்பதுதான்.

மேற்சொன்ன இரண்டு குற்றச்சாட்டுகளையும் எல்லோருமே ஏற்றுக் கொள்கிறார்கள். மாணவர்கள் உண்மையிலேயே தரமானக் கல்வியைப் பெற வேண்டும், வெறும் மதிப்பெண்களுக்காக அவர்களை அளவுக்கு அதிகமாக மன உளைச்சலுக்கு ஆளாக் கக்கூடாது என்பதெல்லாம் நம் எல்லோருடைய அக்கறையும்தான். ஆனால், அதை உறுதிப்படுத்துவது அரசாங்கத்தின் கையில்தான் உள்ளது. ஒரு பள்ளி அரசின் கண்களைக் கட்டிவிட்டு தன்னிச்சையாக நடக்கும் என்பது அரசாங்கத்தின் பலவீனம்தானே? அரசாங்கம் தன்னுடைய கடமையில் முழுமையாக இல்லை என்பதைத் தானே காட்டுகிறது.

நுழைவுத் தேர்வு குறித்து விவாதங்களும் பிரச்சனைகளும் வரும்போது அதை மட்டும் சரி செய்துவிட்டு அரசாங்கம் கடந்து போய்விடுகிறது.

கல்வியில் ஏன் இத்தனை குழப்பமான நடைமுறைகள்? ஏற்றத்தாழ்வுகள்? விதவிதமானப் பாடங்கள்? பாடத்திட்டங்கள்? இந்த ஏற்றத்தாழ்வுகளை சரி செய்யவே முடியாதா? சரி செய்ய முடியவில்லையென்றால் ஒவ்வொரு ஆண்டும் மாணவர்கள் இப்படித்தான் அல்லாடிக்கொண்டு இருப்பார்களா?

தமிழகக் கல்வியில் அனைத்துத் தரப்பு மாணவர்களுக்குமான ஒருங்கிணைந்த கல்வியைக் கொண்டுவரமுடியாதா? மாணவர்கள் பாதிக்கப்படக் கூடாது என்ற நிலையில் அனைவருக்கும் உண்மையான அக்கறையும் விருப்பமும் இருந்தால், அரசாங்கத்தின் முயற்சி சாத்தியப்படாதா என்ன?

தனியார் பள்ளிகளின் முதலாளிகளாக அரசியல்வாதிகளே பெரும்பாலும் இருப்பதால் கல்வியில் சீர்திருத்தம் என்பது எட்டாக்கனியாக மாறிவரும் சூழ்நிலையில், மீண்டும் மீண்டும் கல்வியாளர்கள் வலியுறுத்த விரும்புவது...

அரசாங்கம் நிச்சயம் கடினமான ஒரு முடிவை எடுத்தே தீர வேண்டும் என்பதுதான். அந்தக் கடினமான முடிவு கல்வியை முழுக்க முழுக்க அரசு மயமாக்குவதே. தங்களுடைய குடிகளுக்கு முழுமையான தரமான ஏற்றத்தாழ்வுகளற்ற ஒரு கல்வியைத் தர முன்வருவது மட்டுமே மாணவர்களின் உயர் கல்விப் பிரச்சனை களுக்கான நிரந்தரத் தீர்வாகும்.

கல்வி அரசு மயமாக்கப்பட்டால் ஒவ்வொரு ஆண்டும் உயர் கல்வியில் மாணவர் சேர்க்கை உள்ளிட்ட எல்லாப் பிரச்சனைக்கும் நம்மால் தீர்வு கண்டறிய முடியும்.

அரசு மயம் என்ன சர்வரோக நிவாரணியா எனக் கேட்கலாம். அரசு மயம் என்பது சர்வ ரோக நிவாரணியல்ல... ஆனால் அரசாங்கத்தை அது சரியாகச் செயல்படாதப்பட்சத்தில் நம்மால் கேள்வி கேட்க முடியும், நல்ல கொள்கைகளுக்காக வலியுறுத்த முடியும், வழிக்கு வரவில்லையென்றால் அடுத்தத் தேர்தலில் அதற்கு பதில் சொல்ல முடியும்.

பெரிய இரும்புக் கதவுகள் போட்ட பள்ளிகளின் உள்ளே கல்வியை அடகு வைத்துவிட்டு, அதன் சாவியையும் உள்ளே போட்டு விட்டால், நம்மால் என்ன சீர்திருத்தத்தைச் செய்ய முடியும்?

□

வரைவு

2016

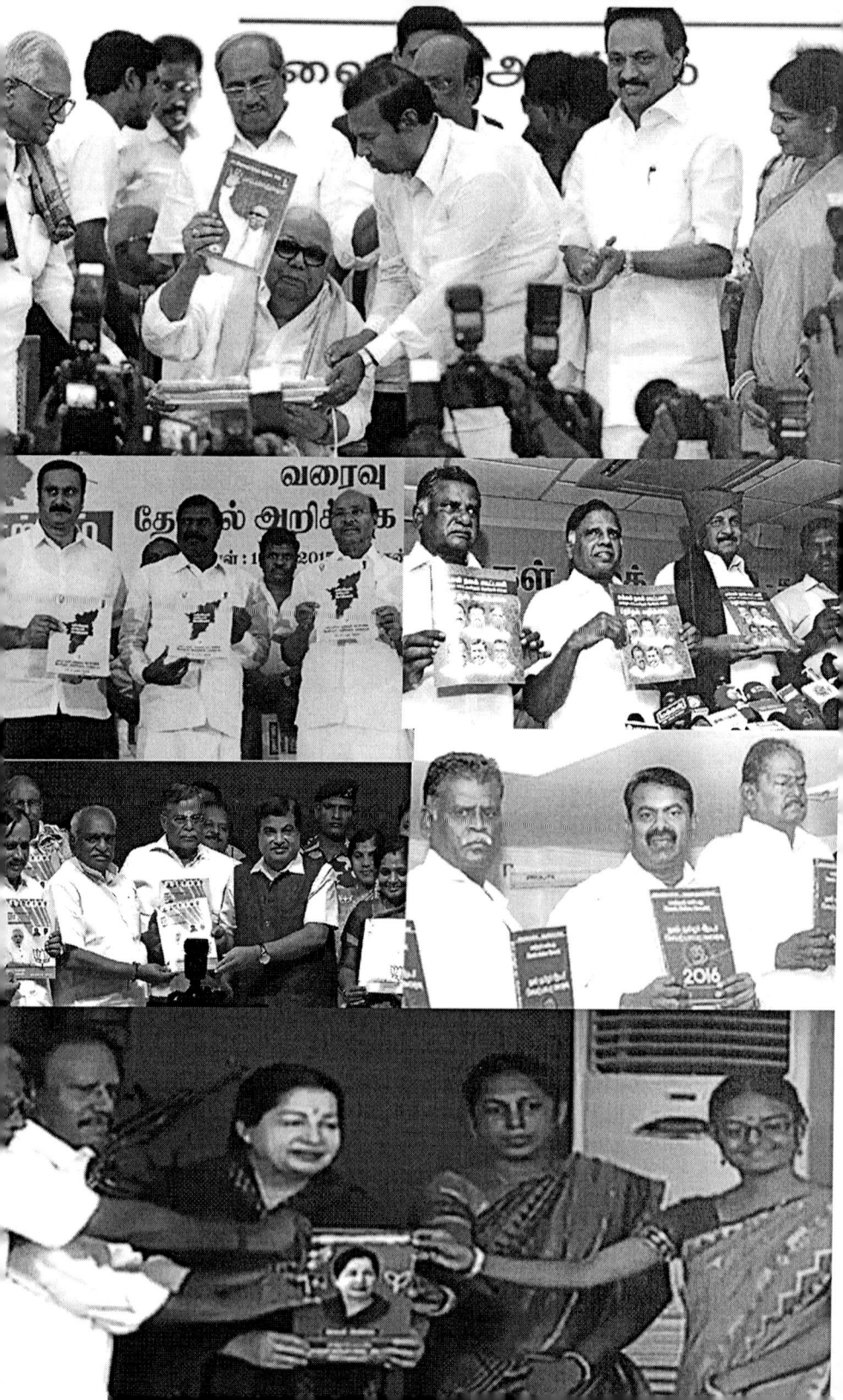

8

# தேர்தல் அறிக்கைகள் உண்மையான வாக்குறுதிகளா?

கட்சிகளின் தேர்தல் அறிக்கை, தேர்தலில் ஒரு கதாநாயகன்/ கதாநாயகியாக செயல்படுகிறதா? தேர்தல் அறிக்கையை முன்வைத்துக் ஆட்சியைப் பிடித்துவிடலாம் என்ற நம்பிக்கையுடன் கட்சிகள் தேர்தல் களத்தில் அனல் பரப்பிக் கொண்டிருக்கும் நேரம் இது.

ஒவ்வொரு கட்சியும் தாங்கள் ஆட்சிக்கு வந்தால் என்னென்ன செய்வோம் என்ற செயல்திட்டங்களுக்கான ஒரு முன்வடிவையே தேர்தல் அறிக்கையில் வெளியிடுகின்றன. முதன்முதலில் தேர்தலில் சுயேச்சைகளே தேர்தல் அறிக்கைகள் போன்ற வாக்குறுதிகளை கொடுத்தார்கள். கட்சிகளின் பின்புலம் இல்லாத நிலையில், அவர்களின் கொள்கை, கோட்பாடு என்ன என்று மக்கள் அறியாத நிலையில் சுயேட்சைகளின் வாக்குறுதிகள் முக்கியப் பங்கு வகித்தன.

பிறகு அரசியல் கட்சிகளும் தங்களின் வொக்குறுதிகளை வாய்வார்த்தைகளாக மேடைகளில் சொல்லத் தொடங்கினர். அண்ணாவின் ஒரு ரூபாய்க்கு ஒரு படி அரிசித் திட்டம் என்பதுகூட தேர்தல் பிரச்சார மேடைகளில் அறிவிக்கப்பட்ட தேர்தல் வாக்குறுதியே. அதன்பிறகே கட்சிகள் தங்களுக்கென தீர்மானமான தேர்தல் அறிக்கைகளை எழுத்துப்பூர்வமாக வெளியிடத் தொடங்கின.

தேர்தல் அறிக்கையை ஒரு கவர்ச்சிகரமான செயல்திட்டமாக, வெளியிட்ட நிமிடத்திலேயே பொங்கி ஆர்ப்பரித்து வரவேற்கக் கூடியதாக இருக்கும்படி கட்சிகள் கட்டாயம் பார்த்துக் கொள்கின்றன. காரணம், தேர்தல் அறிக்கையை முன்னிறுத்தியே கட்சிகள் தங்களின் பிரச்சாரங்களை முன்னெடுக்கின்றன. பிரச்சார மேடைகளில் மக்களைக் கவர்கின்றன. மக்களைத் தங்கள் கட்சிக்காக வாக்களிக்கச் செய்வதற்கு, கட்சிகள் பெருமளவு தேர்தல் அறிக்கையையே ஆயுதமாகக் கை கொண்டுள்ளன.

மக்களும் ஒவ்வொரு கட்சியின் தேர்தல் அறிக்கையை ஆவலுடன் எதிர்பார்க்கிறார்கள். தமிழகத்தைப் பொறுத்தவரை தேர்தல் அறிக்கையில் மக்கள் உடனடியாக எதிர்பார்ப்பது, என்னென்ன இலவசங்கள் அறிவிக்கப்படுகின்றன, என்னென்ன கடன்கள் தள்ளுபடி செய்யப்படுகின்றன, அரசு ஊழியர்களுக்கு என்னென்ன சலுகைகள், ஊதிய உயர்வு, கோரிக்கைகள் ஏற்றுக் கொள்ளப்படுகின்றன ஆகியவற்றை முதன்மையாகக் கவனிப்பார்கள். இவை சார்ந்த அறிவிப்புகளே சமூகத்தின் பெரும்பகுதி மக்களை நிறைவு செய்துவிடும்.

ஆனால், நாம் எல்லோரும் தனிநபர்களுக்குக் கிடைக்கும் சிறுசிறு நன்மைகளை, லாபங்களைக் கடந்து, மாநிலத்தின் வளர்ச்சிக்காக என்னென்ன அறிவிப்புகளைக் கட்சிகள் தேர்தல் அறிக்கையில் சொல்கின்றன என்பதையே முதன்மையாக கவனிக்க வேண்டும்.

மாநிலம் முழுக்க ஒரே தேர்தல் அறிக்கையின்மூலம் எல்லா மாவட்ட மக்களின் பிரச்சனைகளையும் புரிந்து கொண்டு, அதனைத் தீர்ப்பதற்கான செயல்த் திட்டங்களை கட்சிகள் அறிவிக்கின்றனவா என்பது கேள்விக்குறியே. பொதுவான நலத்திட்டங்கள் மட்டுமே இதுவரை சாத்தியமாகி இருக்கின்றன. முதன்முறையாக இம்முறை திமுக ஒவ்வொரு மாவட்டத்திற்கும் என்று தனித்தனியான தேர்தல் அறிக்கைகளை வெளியிட்டிருப்பது முக்கியமான மாற்றமாகும். ஆட்சி அதிகாரத்தை இடை நகரங்களை நோக்கி, சாதாரண மக்களை நோக்கி மையப்படுத்துவதற்கான முயற்சியாகும்.

வாக்காளர்களாகிய நாம் எல்லோரும் தலைப்புச் செய்திகளாகச் சொல்லப்படும் தேர்தல் அறிக்கையின் முக்கிய கூறுகளை கவனிக்கிறோம். அல்லது மேடைகளில் சொல்லப்படும்

அறிவிப்புகளை கேட்கிறோம். நம் அன்றாட வாழ்வில் ஆட்சிக்கு வரும் அரசாங்கம் சொன்ன வாக்குறுதிகளை செய்திருக்கிறார்களா என்பதை மறக்காமல் கவனிக்கிறோம். குறிப்பாக இலவசங்கள் அறிவிக்கப்பட்டு நமக்குக் கிடைக்கவில்லையென்றால் நிச்சயம் நாம் கொதித்தெழுந்துவிடுவோம்.

கவர்ச்சியான அறிவிப்புகள் நம் நினைவில் நிற்பதைத் தாண்டி, வேறெந்த அறிவிப்புகள் மீதாவது நம் கவனம் சென்றிருக்கிறதா? கட்சிகள் தங்களின் தேர்தல் அறிக்கையில் கச்சத் தீவை மீட்டெடுத்து, தமிழக மீனவர் நலன் காக்கத் தேவையான நடவடிக்கை எடுப்போம் என்று ஒவ்வொரு முறையும் உறுதிமொழி கூறுகின்றன. நடவடிக்கை எடுக்கப்படுகிறதா, என்ன நடவடிக்கை எடுக்கப்பட்டிருக்கிறது, முயற்சிகள் எந்நிலையில் உள்ளன என்பதைப் பற்றி சாதாரண மக்களாகிய நாம் அறிய மாட்டோம். ஆனால், தினம் தமிழக மீனவர்கள் கடத்தப்படுவதை மட்டும் தொலைக்காட்சியில் பார்த்துக் கொண்டிருப்போம். முன்பெல்லாம் ஒரு 'உச்' கொட்டுவோம். இப்பொழுது வானிலை அறிக்கைபோல் அதுவும் தினசரி செய்தியாகிவிட்டபடியால், நம் மனங்களில் சிறு அனுதாபம்கூட உண்டாவதில்லை. அவர்கள் நம் மண்ணைச் சார்ந்தவர்கள், நம் சகோதரர்கள் என்பதுகூட நமக்கு மறக்கடிக்கப்பட்டுவிட்டது. ஆனால், கடத்தப்படும் மீனவர்களுக்கும், கட்சிகள் கச்சத் தீவை மீட்போம் என மறக்காமல் சொல்லிக் கொண்டிருப்பதற்கும், அடுத்து ஆட்சிக்கு வரும் வரை அது தேர்தல் அறிக்கையாகவே இடம் மாறாமல் இருப்பதற்கும் தொடர்பு உண்டு என்பதாவது நமக்குத் தெரியுமா?

தமிழக நதிகள் நீர்வழிச் சாலைகளால் இணைக்கப்பட்டு, மழைத் தண்ணீரும், நதிநீரும் வீணாகாமல் பாதுகாக்கப்படும் என்று அறிக்கையில் கட்சிகள் சொல்கின்றன. ஒரு ஏரி நீரே சென்னையைச் சுற்றிச் சூழ்ந்து கபளீகரம் செய்தபோது, காக்கும் வழி என்ன என்பதை அறியாமல்தான் தத்தளித்தோம். சென்னையின் நீர்வழித்தடங்கள் காணாமல் போயினவா, போக்கப்பட்டனவா என்ற கேள்விகளுக்கு நாம் தேர்தல் அறிக்கையில் விடை காண வேண்டும்.

எல்லாத் தேர்தல் அறிக்கையும் சென்னை மாநகரத்தின் வளர்ச்சித் திட்டங்களையே முதன்மையாக முன்வைக்கின்றன.

அதைக் கடந்து பிற மாநகராட்சிக்குச் சொல்லும் திட்டங்கள் எப்பொழுதும் கிடப்பில்தான் கிடக்கும். சென்னை, மதுரை, திருச்சி, கோவைக்கும் மோனோ ரயில் திட்டம் என்றார்கள். சென்னைக்கே இன்னும் வந்தபாடில்லை. எப்பொழுதும் சொல்லும் சில சம்பிராதாய அறிவிப்புகளும் இருக்கின்றன. நதிகள் தேசிய மயம், இரண்டாம் விவசாய புரட்சி, விலைவாசி உயர்வு கட்டுப்படுத்தல், அனைவருக்கும் தரமான கல்வி இவை எப்பொழுதும் தேர்தல் அறிக்கைக்கு மணம் சேர்க்கும் லாகிரி வஸ்துக்கள்.

தமிழ் மொழியின் பெருமையை நிலைநாட்ட உலகம் முழுக்க உள்ள பல்கலைக்கழகங்களில் தமிழுக்கென்று தனி இருக்கை உருவாக்கப்படும் என்று எத்தனையோ முறை தேர்தல் அறிக்கையில் அறிவிப்புகள் வந்திருக்கின்றன. இதுவரை உலகின் எந்தப் பல்கலைகழகத்திலும் இருக்கைகள் உருவாக்கப்பட்டனவா என்று தெரியவில்லை. சமீபத்தில்கூட வெளிநாடுவாழ் தமிழறிஞர்கள், எழுத்தாளர்கள், தமிழ் ஆர்வலர்கள் உள்ளிட்டவர்களின் முயற்சியால் அமெரிக்காவின் பாஸ்டன் நகரில் கேம்பிரிட்ஜ் பகுதியில் உள்ள ஹார்வார்ட் பல்கலைக்கழகத்தில் தமிழுக்கென்று ஓர் இருக்கை உருவாக்கப்பட இருப்பதாகவும், அதற்கு நாற்பது கோடி ரூபாய் வேண்டுமென்றும் தமிழ்ப் பத்திரிக்கைகளில் செய்தி வந்திருந்தது. இன்றுவரை அதற்கான முயற்சி தனி நபர்களின் முன்னெடுப்பால்தான் நடந்து கொண்டிருக்கிறது.

மனிதக் கழிவை மனிதர்களே அகற்றும் மிகப் பெரிய சமூக அவலத்திற்கு முற்றுப் புள்ளி வைப்போம் என்று அறிவிப்புகள் ஒவ்வொரு முறையும் வெளியாகின்றன. ஆனால் அந்த முயற்சிகள் இன்று வரை முழுமையடையவில்லை. கழிவுநீர் சாக்கடைகளில் மனிதர்களே உள்ளிறங்கிச் சுத்தம் செய்து விஷவாயு தாக்கி செத்துக் கொண்டிருக்கிறார்கள். அரசு நினைத்தால் இவற்றுக்கெல்லாம் நவீன இயந்திரங்களை உடனே மாற்றாகக் கொண்டு வர முடியும்.

தேர்தல் அறிக்கையை தங்களின் ஐந்தாண்டுகால செயல்த் திட்டமாகவே கட்சிகள் அறிவிக்கத் தொடங்கி இருக்கின்றன. இந்த அறிவிப்புகள் எப்படி வாக்குகளாக மாற்றப்படுகின்றன என்பதே தேர்தல் ரசவாதத்தின் சுவாரசியமான பகுதி. அதைச் செம்மையாக செயல்படுத்தும் கட்சி, அம்முறை ஆட்சியில் அமர்கிறது.

அவர்கள் சொல்கிறார்கள், நாம் கேட்கிறோம், மறக்கிறோம் என வாக்காளர்களாகிய நாம் இருக்கக்கூடாது. நம் நினைவுதான் அவர்களை செயல்பட வைக்க வேண்டும். ஒவ்வொரு முறையும் முன்பைவிட செயல்த்திட்டங்கள் நிறைந்த தேர்தல் அறிக்கைகளை வெளியிட நாமே தூண்ட வேண்டும். நம் எல்லோரின் கைகளிலும் கட்சிகளின் தேர்தல் அறிக்கைகள் இருக்க வேண்டும். ஆட்சிக்கு வரும் கட்சியின் தேர்தல் அறிக்கை நிறைவேற்றப்படுகிறதா, முன்பு அவர்கள் சொன்ன வாக்குறுதிகளை நிறைவேற்றி இருக்கிறார்களா என்பதை ஆராய்ந்த பிறகே நாம் யாருக்கு வாக்களிக்க வேண்டும் என்பதைத் தீர்மானிக்க வேண்டும்.

நாம் மறதியாளர்களாக இருக்கும் வரை தேர்தல் அறிக்கை ஒரு சடங்காகவே இருக்கும். நம் நினைவே அதற்குச் செயல் வடிவம் கொடுக்க வைக்கும்.

வாக்காளர்களாகிய நாம் நினைவாற்றலை வளர்த்துக் கொள்வோம்.

# மாபெரும் கருத்துக்கணிப்பு 2016

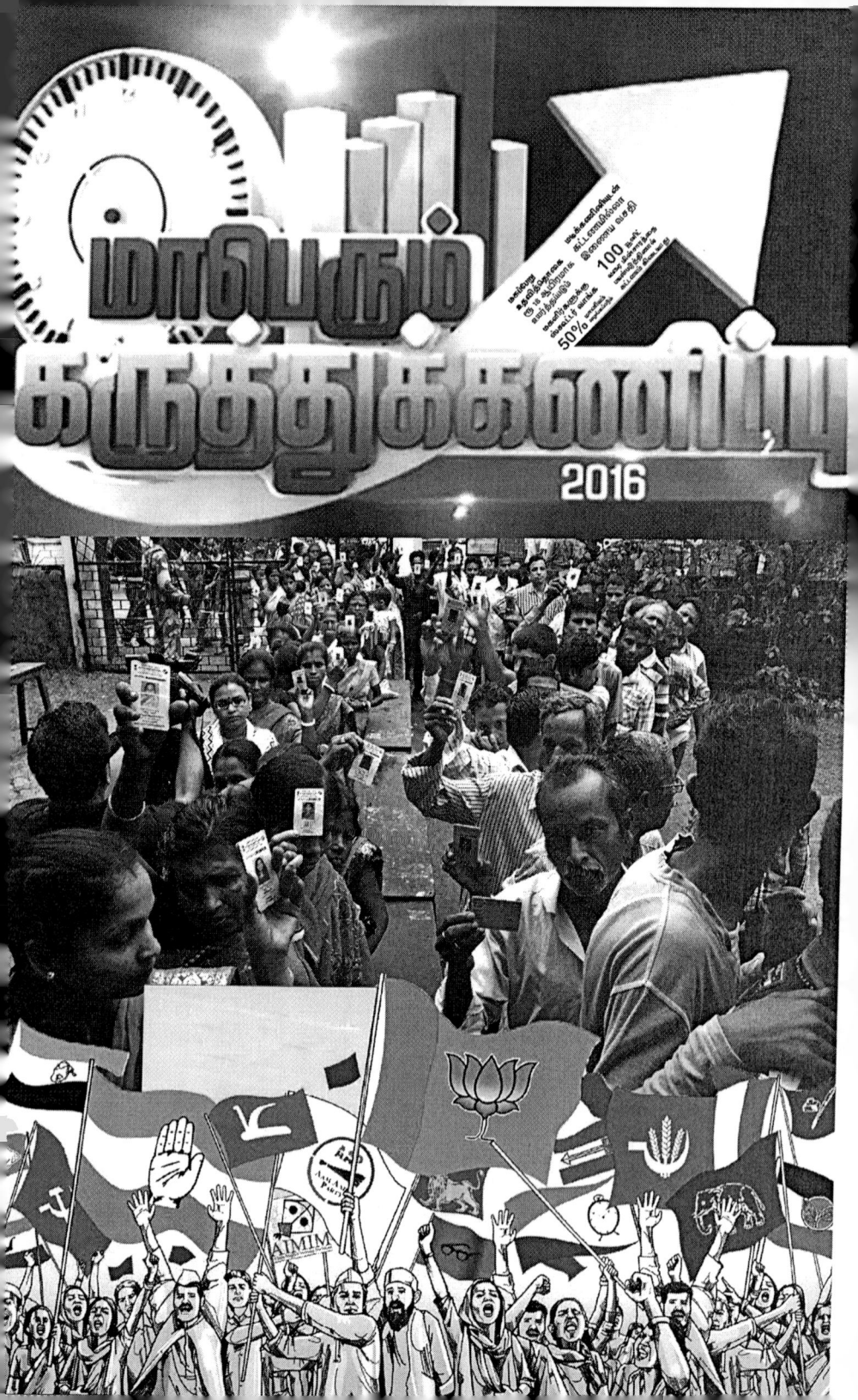

9

# நம்முடைய வேட்பாளர் யார்?

நம்முடைய வேட்பாளர் யார்? நாம் யாருக்கு வாக்களிக்கப் போகிறோம்? இந்தக் கேள்விகளுக்கான விடையைக் கண்டறிய நாம் எத்தனை மணிநேரம் செலவிடுகிறோம்?

அரசியல்கட்சிகள்வேட்பாளர்ப்பட்டியலைவெளியிட்டவுடன் எத்தனை பேர் ஒவ்வொரு கட்சியும் தங்களின் தொகுதிக்காக அறிவிக்கப்பட்டுள்ள வேட்பாளர்களின் பெயரைப் பார்க்கிறோம்? அவர்களின் பின்புலத்தைக் கண்டறிகிறோம்? அவர் நல்லவரா, தொகுதிக்காக நல்லது செய்யக்கூடியவரா, கட்சியைத்தாண்டி அவர் இதுவரை தொகுதியின் பிரச்சனைகளில் தலையிட்டு அவைகளைத் தீர்த்து வைப்பதற்கான முயற்சிகளில் ஈடுபட்டிருக்கிறாரா? அவருக்குக் குற்றப் பின்னணி இருக்கிறதா? அவர் உண்மையிலேயே அரசியலில் ஆர்வம் உள்ளவரா போன்ற கேள்விகளுக்கான விடைகளை நம்மில் எத்தனை பேர் ஆராய்கிறோம்?

"எங்க எம்.எல்.ஏ. முகமே எனக்கு இதுவரை தெரியாதுப்பா" என்று நாம் பெருமிதமாகச் சொல்லிக் கொள்ளும் செய்தியில் பெருமிதம் நம்முடையதா? அந்தக் குறிப்பிட்ட எம்.எல்.ஏ.வுடையதா? தன்னுடைய தொகுதி மக்களுக்குத் தன்னுடைய முகம்கூட தெரியாத அளவிற்கு ஐந்தாண்டுக் காலம் செயல்பட்ட அவரின் 'உன்னத' செயல்பாடு காரணமா?

அல்லது நம்முடைய தொகுதியின் மேம்பாட்டிற்குச் செயல்படுவதற்காகத் தேர்வு செய்யும் ஒரு சட்டமன்ற உறுப்பினர் யார் என்று அறிந்துகொள்ளாமல் இருக்கும் நம்முடைய அறியாமை காரணமா?

ஒரு புடவையைத் தேர்வு செய்ய பல மணிநேரம் செலவு செய்கிறோம். எத்தனை வகையான பிஸ்கட் பிராண்டுகள் வாரத்திற்கு மார்க்கெட்டிற்கு வருகின்றன என்று விதவிதமாக சாப்பிட வாரக்கணக்கில் ஆய்வுகள் நடத்துகிறோம். வீட்டிற்குப் புதியதாக ஒரு டி.வி.யோ, வாஷிங்மெஷினோ, ஃபிரிட்ஜோ வாங்க வேண்டுமென்றால், நண்பர்கள், தெரிந்தவர்கள், உறவினர்கள் என்று எல்லோரிடமும் மாறி மாறி யோசனைக் கேட்கிறோம். அல்லது செய்தித்தாளை எடுத்து வைத்துக் கொண்டு விளம்பரத்தில் வரும் விலையையும், நம்மூர் கடைகளில் குறிப்பிடப்படும் விலையையும் ஒப்பிட்டு இரண்டுக்கும் எவ்வளவு வித்தியாசம் என்பதைக் கணக்கிட்டு, ஒருநாள் விடுப்பு எடுத்துக் கொண்டுகூட பெரிய நகரங்களுக்குச் சென்று அந்தப் பொருளை வாங்கி வருகிறோம். பைக், கார் போன்ற நீண்ட நாட்கள் மாற்ற முடியாத பொருட்களை வாங்கப் போகிறோம் என்றால், நமக்கே தெரியும் எத்தனை மாதங்களுக்கு யோசிப்போம், திட்டமிடுவோம் என்று.

ஆனால், ஐந்தாண்டுகள் நம் தொகுதியின் முகமாக, செயல்படும் ஆளுமையாக இருக்கப் போகிற ஓர் உறுப்பினரைத் தேர்வு செய்ய நாம் என்ன யோசிக்கிறோம்? வாக்களிக்கச் செல்லும் கடைசி வினாடி வரை யாருக்கு வாக்களிக்கப் போகிறோம் என்ற தீர்மானம் இருக்கிறதா நமக்கு?

நம்முடைய கனவு வேட்பாளரை முன்னிறுத்தும் சட்ட அதிகாரம் நமக்குக் கிடையாது. கட்சிகள் தேர்வு செய்யும் வேட்பாளரையே நாம் தேர்வு செய்ய இயலும். இன்று கட்சிகள் வேட்பாளரை எவ்வாறு தேர்வு செய்கின்றன? தொகுதியின் வெற்றி வாய்ப்பை கட்சிகள் சாதியின் பின்புலத்தை வைத்தே கணக்கிடுகின்றன. எந்தச் சாதியின் வாக்கு வங்கி அதிகமோ, அந்தச் சாதி வேட்பாளரையே தேர்வு செய்கின்றன. முஸ்லீம் வாக்காளர்கள் அதிகம் இருக்கும் தொகுதிகளில் முஸ்லீம் வேட்பாளர்களை கட்சிகள் முன்னிறுத்தத் தொடங்கிய காலத்தில் இருந்தே இந்தக் கணக்கீட்டை கட்சிகள் ஆழமாகப் பிடித்துக் கொண்டுள்ளன. ஒரே சாதி வேட்பாளர்கள்

என்றான பின், அடுத்து பணபலமும், தலைமையிடம் செல்வாக்கு உள்ளவர்களின் பரிந்துரையும், தொடர்ந்து முயற்சிப்பதும் என சாதாரண வாக்காளர்களால் யூகித்தறிய முடியாத காரணங்களால் ஒரு வேட்பாளர் அவருடைய கட்சியால் தொகுதியில் நிறுத்தப் படுகிறார். தலைமைக்கு வேண்டியவர் என்ற காரணத்தால், தொகுதிப் பக்கமே வராத, அல்லது தொகுதியை பற்றியே தெரியாத எத்தனையோ வேட்பாளர்கள் நிறுத்தப்பட்டிருக்கிறார்கள், அவர்கள் வெற்றியும் பெற்றிருக்கிறார்கள். ஐந்தாண்டுகள் தொகுதிப் பக்கமே வராமலும் இருந்திருக்கிறார்கள்.

அரசியல் கட்சிகள் நம்முடைய நலனைக் கடைசியாகத் தள்ளிவிட்டு, அவர்களுக்குக் கட்டுப்படும் அல்லது அவர்களுக்குப் புகழ்பாடி, அவர்களுக்குக் காவடி எடுத்துக் கொண்டிருக்கும் வேட்பாளர்களைத் துணிச்சலாகத் தேர்வு செய்யக் காரணமும் துணிவும் எவ்விதம் வருகிறது? வாக்காளர்களாகிய நம்முடைய அக்கறையின்மையும், மறதியுமே காரணமாக அமைகின்றன. கட்சிகள் சில விஷயங்களைத் தீவிரமாக நம்புகின்றன. அவை, வேட்பாளர் யார் என்பது முக்கியமல்ல கட்சியின் சின்னம், தேர்தல் அறிக்கை, கட்சியின் தலைமைக்கு இருக்கும் செல்வாக்கு. "கழுதையையோ, குதிரையையோ நிறுத்தினாலும், ஜனங்க என்ன ஏதுன்னு பார்க்க மாட்டாங்க, கட்சி சின்னத்தைப் பார்த்துத்தான் வோட்டுப் போடுவாங்க" என்று சொல்லும் கட்சித் தலைவர்கள் இன்றும் நம்மிடையே இருக்கவே செய்கிறார்கள். ஒரு வேட்பாளர் தன்னுடைய தகுதியினால் வெற்றி பெற்றார் என்று சொல்லும் நிலை முற்றிலும் இன்று நம்மிடையே இல்லை.

கல்வியறிவு எழுபது சதவீதமாக இருந்தாலும், வாக்களிப்பதில் நம்முடைய மக்களில் பெரும்பான்மையோர் இன்னும் கல்லாதவர்களாகவே இருக்கிறார்கள். வாக்களிப்பது முழுக்க முழுக்க அதி முக்கியமான ஓர் அரசியல் செயல்பாடு என்ற புரிதல் நம்மிடையே துளிகூட கிடையாது. வாக்களிப்பது ரகசியமானது என்று சொன்னால்கூட நம் மக்களில் சிரிப்பவர்கள் இருக்கக்கூடும்.

ஒரு தேர்தலில் நாம் எவ்வாறு ஒரு வேட்பாளருக்கு வாக்களிக் கிறோம் என்பதை அவரவர் மனசாட்சியோடு யோசித்துப் பார்த்தால், நாம் எவ்வளவு அறியாமையில் இருக்கிறோம் என்பதை நன்றாக உணரலாம்.

அ.வெண்ணிலா

பெண்களில் பெரும்பான்மையோர் தங்களின் வீட்டில் உள்ள ஆண்கள் சொல்லும் வேட்பாளருக்கே பெரும்பாலும் வாக்களிக்கிறார்கள். அதற்கான காரணத்தைக்கூட பெண்கள் அறிவதில்லை. வாக்களிக்கப் போகும்போதே வீட்டில் உள்ள அப்பாவோ, கணவனோ, அண்ணனோ, மகனோ எந்தச்சின்னத்திற்கு வாக்களிக்க வேண்டும் என்பதை சொல்லியனுப்பிவிடுவார்கள். வயதானவர்களின் வாக்குகளைப் பற்றிச் சொல்லவே வேண்டாம். அவர்களைப் பராமரிப்பவர்களின் கட்டளைகளே கட்டாயம் நிறைவேற்றப்படும்.

வீட்டில் உள்ள இளைஞர்கள் யாருக்கு வாக்களிக்கிறார்கள்? யார் தங்களின் வேட்பாளர்கள் என்று எவ்வாறு முடிவு செய்கிறார்கள்? இளைஞர்கள் பலர் வாக்களிக்கப்போவதே வெட்டி வேலை என்பதுபோல் கொஞ்சம் விட்டேத்தித்தனத்தைக் காட்டுவார்கள். அடுத்து நண்பர்களிடம் கொஞ்சம் கலாட்டா செய்வதுபோல் வாக்குச் சாவடிகளுக்குச் சென்று வேடிக்கைப் பார்த்துவிட்டு, கடைசி வினாடியில் உள்ளே நுழைநது அந்தக் கணத் தில் யாரோ ஒருவருக்கு வாக்களித்துவிட்டு வருவார்கள். வெளியில் வந்து, அது முக்கியமான காரியமே இல்லை என்பதைப்போல் பேசுவார்கள். மிக அவலமான கணமாக இருக்கும் அது.

“வேட்பாளர் யார் என்று எங்களுக்குக் கவலையே இல்லை, நாங்க உதயசூரியனைத் தவிர வேற எந்தச் சின்னத்துக்கும் எங்க வீட்டில இருந்து ஒரு வோட்டு விழாது என்பதும், ரெட்டை இலை இருந்தாத்தான் எங்க வீட்டுல வோட்டுப் போடுவோம், இல்லை வோட்டே போடாம வந்திடுவோம்” என்றும் பெருமையோடு பேசிக் கொண்டிருக்கிறோம்.

இன்னும் சிலர் இருக்கிறார்கள்... அந்தத் தேர்தலில் யார் வெற்றி பெறுவார்கள் என்று பரவலாகப் பேச்சு இருக்கிறதோ, எந்தக் கட்சி ஆட்சி அமைக்கும் என்று கருத்துக் கணிப்புகள் சொல்கின்றனவோ, அந்தக் கட்சிக்கும் அந்த வேட்பாளருக்கும் வாக்களிப்பார்கள். “ஜெயிக்கிற கட்சிக்கு வோட்டுப் போடணும்ப்பா, இல்லைனா என் வோட்டு வீணாகப் போகுமே” என்று தன் வாக்கைக் காப்பாற்றிய பெருமிதத்தில் சிலர் இருப்பார்கள்.

வேட்பாளர்களின் பிரச்சாரத்திற்கும் சில நேரம் பலன் இருக்கும். “எத்தனையோ பேருக்கு வோட்டுப் போட்டுட்டீங்க,

இந்த முறை எனக்கு ஒரு வாய்ப்புக் கொடுத்துப் பாருங்க'' என்று கேட்கும் வேட்பாளருக்கும் வாக்களிக்கிறோம். இவருக்கும்தான் வாய்ப்புக் கொடுத்துப் பார்ப்போமே என்று.

தனிப்பட்ட வாழ்வில் நமக்கு வேண்டியவர்கள் நல்லவர்களாக இருக்க வேண்டும் என்று எதிர்பார்க்கும் நாம், தேர்தல் காலத்தில் நல்லவராக இருக்கிற வேட்பாளரைப் பொருட்படுத்துவதில்லை. நல்லவர் என்பது அப்பொழுது குறைந்தபட்சத் தகுதியாகக் கூட இருப்பதில்லை. தேர்தலில் நல்லவராக இருப்பது வெற்றிக்குப் பயன்படாது என்பதை வாக்காளர்களாகிய நாமே அரசியல் கட்சி களுக்கு நிரூபித்துக் காட்டியிருக்கிறோம். மக்களாகிய நம்மீது நம்பிக்கை வைத்து, அரசியலுக்கு வந்த சிந்தனாவாதிகள், லட்சியவாதிகள், சீர்திருத்தவாதிகளை தோற்கடித்து நாம் அந்த உண்மைகளை மீண்டும் மீண்டும் ஆழமாக அரசியல் கட்சிகளின் மனதில் பதிய வைத்திருக்கிறோம்.

நம்முடைய இத்தனை பலவீனங்களை அரசியல் கட்சிகள் கணக்கிட்டே வைத்திருக்கின்றன. அதனால்தான் மக்களின் நாடித்துடிப்பை அறிந்தவர்கள் என்று கட்சிகள் தைரியமாக கூறிக் கொண்டிருக்கின்றன.

கல்வியறிவும், தேர்தல் பற்றிய விழிப்புணர்வும் மேம்பட்டுள்ள இன்றைய காலக்கட்டத்திலும் நாம் தேர்தலை ஒரு நாள் திருவிழாவாகக் கருதக்கூடாது. நம் தொகுதியின் மேம்பாட்டினை தீர்மானிக்கும் நாள் என்பதை உணர்ந்து தகுதியான வேட்பாளரைத் தேர்வு செய்ய வேண்டும். நல்ல வேட்பாளருக்கு நாமளிக்கும் வாக்குகள் அரசியல் கட்சிகளைத் திரும்பிப் பார்க்கச் செய்ய வேண்டும். தீவிர அரசியலின்மேல் ஈடுபாடு கொண்டு தேர்தலில் நிற்கும் ஒரு வேட்பாளரை நாம் ஆதரித்தால், அவருக்கு எந்த அரசியல் கட்சியின் பின்னணியும் இல்லையென்றாலும், அவர் தேர்தலில் தோற்றாலும் அவரின் தோல்வி கௌரவமான தோல்வியாக இருந்தால், கட்சிகள் அவரைக் கவனிக்கும்.

நாம் நம் தொகுதி பற்றியே தெரியாத, அல்லது அக்கறை யில்லாத, குற்றப்பின்னணி உள்ள வேட்பாளரைத் தேர்வு செய்தால் அத்துடன் ஐந்தாண்டுகளுக்கு வாய் திறக்கக்கூடாது. தெரு விளக்கு எரியவில்லையா, இருட்டில் நடக்கப் பழகிக் கொள்ள வேண்டும். வீட்டுக் குழாயில் தண்ணீர் வரவில்லையா, கேன் வாட்டரில் இரண்டு நாளைக்கு ஒருமுறை குளித்துக் கொள்ளலாம். தார்ச்

சாலையும், சிமெண்ட் சாலையும் தண்ணீரில் கரைந்தோடுகிறதா, ஒதுங்கிப் போகலாம். ஊரில் படித்த இளைஞர்களுக்கு வேலை வாய்ப்பு இல்லையா, இலவச தொலைக்காட்சிப் பெட்டி முன் பொழுதுபோக்கச் சொல்லலாம். நம்மீது அக்கறையே இல்லாத சமூகத்தின்மீது கோபமும் வருத்தமும் வருகிறதா, டாஸ்மாக் கடையில் அடைக்கலம் போகச் சொல்லலாம்.

தெரு விளக்கு எரியாததற்கும், சாலைகள் குண்டும் குழியுமாக இருப்பதற்கும் சட்ட மன்ற உறுப்பினருக்கும் என்னத் தொடர்பு, அதை உள்ளாட்சி நிர்வாகங்கள்தானே பார்க்க வேண்டும் என்று கேள்வி எழுப்பலாம். தேர்தலில் வெற்றி பெறும் எல்லா வேட்பாளருக்கும் அடிப்படையாக மக்கள் நலச் செயல்பாடுகளில் ஆர்வமும் ஈடுபாடும் இருக்க வேண்டும் என்பதற்காகவே இப்படியான சில உதாரணங்கள்.

முன்னேற்றத்திற்கும் வளர்ச்சிக்கும் ஏற்படுகிற பின்னடைவுகளுக்கு வாக்காளர்களாகிய நம்மைத் தவிர வேறு யாரை குறை சொல்ல முடியும்?

# 10

# வாக்காளருக்குத் தகுதி வேண்டாமா?

நாம் நல்ல வாக்காளர்களா? வேட்பாளருக்கான தகுதிகளை எதிர்பார்ப்பதைப் போல், வாக்காளருக்கும் தகுதிகள் உள்ளன என்பதை என்றாவது உணர்ந்திருக்கிறோமா?

நல்ல வேட்பாளர்களே இல்லை, எல்லா வேட்பாளருமே ஊழல் பெருச்சாளிகளாக இருக்கிறார்கள், எனவே நான் தேர்தலில் யாருக்கும் வாக்களிக்கவில்லை, 49ஒ-க்கு வாக்களித்தேன், கட்சி வேறுபாடு இல்லாமல் நல்ல வேட்பாளர் இருந்தால் நாங்கள் வாக்களிக்கத் தயார் என்று எப்பொழுதுமே அரசியலை சாடும், கட்சிகளை சாடும் குரல்கள் தேர்தல் காலங்களில் ஒலிக்கும்.

நல்ல வேட்பாளர்கள் நள்ளிரவு தாமரைப்போல் திடீரென்று முளைத்து எழுவார்களா என்ன? வேட்பாளர் எங்கிருந்து வருகிறார்? நம்முடைய ஊரைச் சேர்ந்த, நம்முடைய சாதியைச் சார்ந்த, நம்முடைய வட்டாரத்தில், நம் கண்முன் தொழில்செய்து கொண்டு நடமாடும் யாரோ ஒருவர்தானே நம்முடைய வேட்பாளராகிறார். நீரளவே ஆகுமாம் நீராம்பல் என்ற வரிதான் நினைவுக்கு வருகிறது. நம் தகுதி அளவிற்குத்தான் நம்முடைய வேட்பாளர்களையும் கட்சிகள் தேர்வு செய்கின்றன.

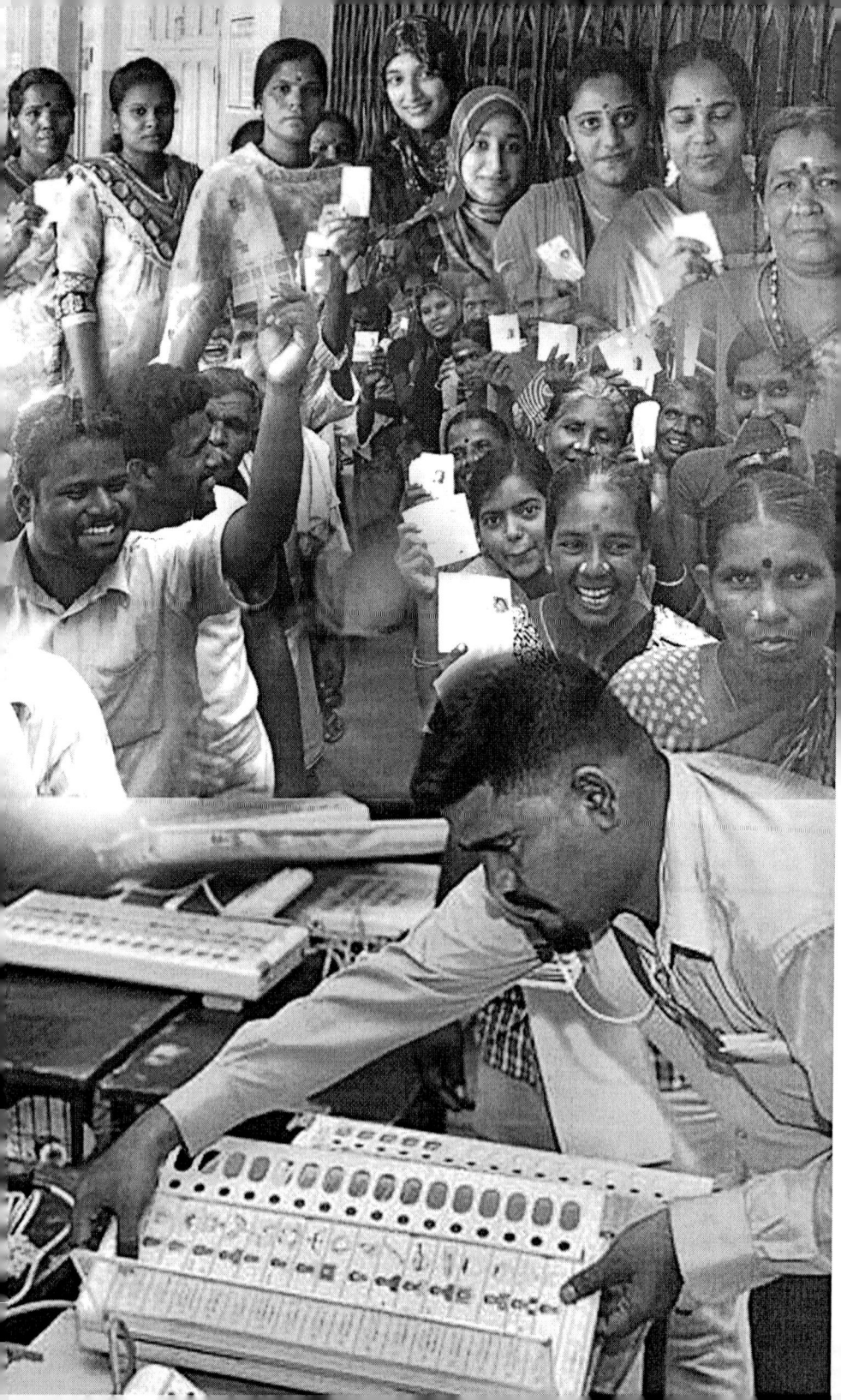

வேட்பாளர் நேர்காணலில் இன்று பேதமே இல்லாமல் எல்லாக் கட்சிகளும் கேட்கும் ஒரே கேள்வி, உங்கச் சாதி ஓட்டு உங்களுக்கு எத்தனை சதவீதம் கிடைக்கும் என்பதுதான். வேட்பாளர் தேர்வு முழுக்க முழுக்க சாதி பார்த்தே நடைபெறுகிறது. சாதிய வன்மமும், சாதிய ஆணவக் கொலைகளும் தீவிரமாக நடைபெறும் இந்தக் காலத்தில், அவை அதிகமாவதற்குக் காரணம், ஆட்சியாளர்கள் சாதிப் பின்னணி உடையவர்களாக இருப்பதுதான். "அண்ணே, நம்மப் பசங்கண்ணே, நம்ம சாதி மானத்தைக் காப்பாத்த, போட்டானுங்கண்ணே" என்றவுடன், அரசியல்வாதிகளின் கைகள் சாதியக் கயிறுகளால் கட்டப்பட்டுவிடும். அரசியல்வாதிகளைமீறி சட்டம் ஒழுங்கு தனியாக இயங்குவதில்லை.

கட்சிகள் கேட்கும் இரண்டாவது கேள்வி, எவ்வளவு செலவு செய்வாய் என்பது. வேட்பாளருக்கான குறைந்தபட்ச செலவு என்பதைத் தேர்தல் ஆணையம் நிர்ணயித்துள்ளது. ஆனால், கட்சித் தலைமையிடம் வெற்றுக் காசோலையை கொடுப்பவருக்கு சீட்டு கட்டாயம். அல்லது எவ்வளவு வேண்டுமானாலும் முடியும் என்று சொல்பவருக்கு. இவையெல்லாம் லட்சங்களில் என்று நினைத்துக் கொண்டால் அது நம் அறியாமை. கட்சியிடம் சீட் வாங்க ஏறக்குறைய இரண்டு கோடி முதல் மூன்று கோடி வரை பணம் கொடுக்கிறார்கள். புதிய வேட்பாளர்கள் என்றால் இத்தொகை இன்னும் கூடலாம். அடுத்து தேர்தலில் வெற்றி பெற குறைந்தது ஏழு முதல் பத்து கோடி வரை செலவு செய்கிறார்கள். வாக்காளர்களாகிய நம்முடைய ஒவ்வொரு வாக்குக்கும் அவர்கள் விலை நிர்ணயம் செய்துதான் காய் நகர்த்துகிறார்கள்.

அடுத்து ஊடகத் தாக்கம். ஊடகங்கள் யார் வெற்றி பெற வேண்டும் என்று நினைக்கின்றனவோ அதற்கேற்பவே ஒவ்வொரு தேர்தலிலும் தங்களின் வியூகத்தை அமைக்கின்றன. இந்த ஊடகங்கள் வாக்காளர்களை குறிவைத்தே இயங்குகின்றன. நம்மை மூளைச் சலவை செய்து, அவர்கள் தீர்மானித்து வைத்துள்ள ஒரு முடிவை நோக்கி நம்மை மெள்ள நகர்த்துவார்கள். இந்த ஊடகத் தாக்கத்தினால் தேர்தல் முடிவுகள் மிகப் பெரிய தாக்கத்திற்கு ஆளாவதற்கு வாக்காளர்களாகிய நாமே காரணம்.

ஒரு தேர்தலில் அடுத்து வர இருக்கும் ஐந்தாண்டுகளில் நமக்கான ஆட்சியாளர்களாக, நம் பகுதிக்கான நலத்திட்டங்கள்,

முன்னேற்ற நடவடிக்கைகளை மேற்கொள்பவர்களாக நாம் நம் வேட்பாளர்களைத் தேர்வு செய்ய வேண்டும், அதற்காகவே இந்தத் தேர்தல் என்பதை நாமும் வேட்பாளர்களைப் போலவே வசதியாக மறந்துவிடுகிறோம். அதிகாரப் போட்டியில் ஒருவரை ஒருவர் முந்தும் சாகச விளையாட்டில் நாம் நம்மை அறியாமல், யார் கையையோ பிடித்து உயர்த்திக் கொண்டிருக்கிறோம்.

வாக்காளர்களாகிய நாம் எவ்வளவு விழிப்புடன் இருக்கிறோம், நாம் நல்லவர்களா, கெட்டவர்களா, கட்சிகள் சாதி வேட்பாளரை நிறுத்தினால், “நம்மாளு நின்னிருக்கான்டா, அவனை ஜெயிக்க வைக்கணும்” என கங்கணம் கட்டிக் கொண்டு ஓடி ஓடி வேலை செய்கிறோம். எல்லா கட்சியுமே பெரும்பான்மை வாக்காளர்களின் சாதியில் இருந்தே வேட்பாளர்களை நிறுத்தினால், அப்பொழுது நாம் யாருக்கு வேலைப் பார்ப்போம்? சாதி ஒன்றான பிறகு நம் கவனம் பணத்தின்மீது திரும்புகிறது. “நம்ம சாதிக்காரன் வந்தா மட்டும் என்ன? அவனும் இருக்கிறவங்களுக்குத்தான் கொடுப்பான். இல்லாதவன எவனும் கண்டுக்க மாட்டானுங்க...” என்று நமக்கு நாமே சமாதானம் செய்து கொண்டு, யார் பணத்துடனோ, பரிசுப் பொருளுடனோ வந்து நம்மைப் பார்ப்பார்கள் என்று காத்திருக்கிறோம்.

முன்பெல்லாம் தேர்தல் என்றால் டீ செலவுக்கும், பூத் செலவுக்கும்தான் கட்சிகள் செலவு செய்யும். வாக்குகளுக்கான செலவே பெரும் செலவு இன்று. வாக்காளர்களாகிய நாமே முழுக்க முழுக்க எதிர்பார்ப்புடன் எப்பொழுது வேட்பாளர்களின் ஏஜெண்ட்கள் வருவார்கள் என்று காத்திருக்கிறோம். இதில் மிகுந்த ஜனநாயகத்தன்மையும் பின்பற்றப்படும். யார் பணம் கொடுத்தாலும் வேண்டாம் என்று மறுப்பதில்லை. “ஏன், அவன் என்ன அவன் வீட்டுக் காசையா எடுத்துக் கொடுக்கிறான், நம்ம வரிப்பணம்தானே ஏதோ ஒரு ரூபத்துல அவன்கிட்ட போயிருக்கு” என்பதும், “இப்பச் செலவு பண்ணா, சேர்த்து சம்பாரிக்கப் போறான், நம்ம கிட்டயா கொடுக்கப் போறான்” என்பதும் வாக்காளர்களின் இயல்பான உரையாடல்களாகி விட்டன. படித்து வேலைக்குச் சென்று, பெரிய பெரிய இரும்புக் கதவுகளுக்குப் பின்னால் இடை நகரங்களில் வாழும் அரசு ஊழியர்களுக்கு, எப்படி பணம் கொடுப்பது? பணம் கொடுத்தால் அசிங்கமாக நினைப்பார்களே என்று விதவிதமான

பரிசுப் பொருட்கள் மொத்தமாக வாங்கி வினியோகிக்கப் படுகின்றன. மூக்குத்தி தொடங்கி, தாம்பாளத் தட்டுடன் புடவை ஜாக்கெட், மஞ்சள் குங்குமம் வெற்றிலைப் பாக்கு பழத்துடன் பிறந்த வீட்டு சீர் போல கொடுக்கிறார்கள். "எதுக்கு சார் இதெல்லாம்" என்று பேச்சுக்கு மறுத்துக் கொண்டிருக்கும்போதே கைகள் தன்னிச்சையாகப் பரிசை வாங்கிக் கொள்கின்றன. ஒவ்வொரு வீட்டிலும் தலைவர் கொடுத்தத் தூக்கு, கவுன்சிலர் கொடுத்தத் தட்டு, எம்.எல்.ஏ. கொடுத்தத் தவலை என்று அடையாளத்தோடு மக்கள் தயக்கமே இல்லாமல் உறவினர்களிடமும், நண்பர்களிடமும் சொல்லிக்கொண்டிருப்பது வழக்கமான காட்சியாகிவிட்டது.

ஓர் அரசியல் கொள்ளையில் நாமும் பங்கு கொண்டிருக்கிறோம், அல்லது சிறிய பரிசுப் பொருளை வாங்கிக் கொண்டு அரசியல் கொள்ளைக்கு வழிவகை செய்திருக்கிறோம் என்பது வாக்காளர்களாகிய நமக்கேன் புரியவில்லை?

ஊர்த் திருவிழாவிற்குக் கொடியேற்றி, காப்புக் கட்டி, மஞ்சள் தண்ணீர் ஊற்றி, கண்ணைக் கட்டிக் கொண்டு பரிசுப் பணத்தை அடித்துக் கொண்டு செல்லும் ஒரு நாள் கொண்டாட்டத்தைப் போலவா நாம் தேர்தலை நினைத்துக் கொண்டிருக்கிறோம்?

தேர்தலின் முக்கியத்துவம் பற்றி வாக்காளர்களாகிய நாம் எவ்வளவு கவனமின்மையுடனும், அக்கறையின்மையுடனும் இருக்கிறோம் என்பதை யாராவது நமக்குச் சொல்லித்தான் தெரிய வேண்டுமா? ஏறக்குறைய பத்து கோடி ரூபாய் செலவு செய்தால்தான் ஒருவர் இன்று எம்.எல்.ஏ. ஆக முடியும் என்ற நிலைமை வந்ததற்கு நாமும் ஒருவிதத்தில் காரணம்தானே? நாம் வெறும் நூறு ரூபாய் கூட அதில் வாங்கி இருக்கலாம். ஆனால் அவர் எவ்வளவு சம்பாதித்தால் நமக்கு அந்த நூறு ரூபாய் கொடுப்பார் என்று யோசித்திருக்கிறோமா? பத்து கோடி ரூபாய் செலவு செய்ய வேண்டும் என்றாலே அவர் எவ்வளவு சம்பாதிக்க முடியும் என்ற நம்பிக்கையில் அவ்வளவு செலவு செய்வார்? வட்டியும் முதலுமாக, அடுத்தத் தேர்தலுக்கும் சேர்த்து அவர் சம்பாதிக்க வேண்டும் என்றால் அவர் நேர்மையாகவா சம்பாதிக்க முடியும்? நம் தெருவுக்குப் போடும் சாலையிலும், நம் ஊருக்குக் கட்டும் கட்டிடங்களிலும், நம்முடைய ஊருக்கான இலவசத் திட்டங்களிலும்தானே கை வைப்பார்? பணம் அவர் கைக்கு வேறெப்படி வரும்?

நான்கு அடி பள்ளம் எடுக்க வேண்டிய இடத்தில் இரண்டு அடி பள்ளம் எடுத்தால் அதற்கு நமக்கு கொடுக்கப்பட்ட நூறு ரூபாய் தான் காரணம் என்பதை நாம் ஏன் கவனமாக மறந்து போகிறோம்?

நம்முடைய சாதியைச் சேர்ந்த ஆள்தான் எம்.எல்.ஏ.வாக வரவேண்டும் என்று ஏன் நினைக்கிறோம்? நமக்கு ஒரு சமூகப் பாதுகாப்பு வேண்டும் என்றுதானே? நமக்குப் பாதுகாப்பு வேண்டும் என்பது இன்னொரு சாதிக்காரனை, இன்னொரு இனத்துக்காரனைப் பாதுகாப்பில்லாமல் ஆக்குவதுதானே? மீண்டும் நம் சமூகத்தை சாதியினடிப் படையிலானதாகப் பிரிப்பதற்கு நாமேதானே உடந்தையாக இருக்கிறோம்? சாதி நம்முடைய மறுக்க முடியாத அடையாளமாக இருக்கலாம். சாதி அடையாளத்தை ஒருவர் அக மகிழந்து கூத்தாடி கொண்டாடிகூட மகிழலாம். சாதி அடையாளம் என்பது நாம் போடும் சட்டைபோல்கூட இருந்து தொலையட்டும். ஆனால், நிச்சயம் அது அடுத்தவரின் சட்டையைக் கழட்டி அவமானப்படுத்தும் வன்முறையல்லதானே. இரண்டு தேர்தலில் சாதி ஓட்டுக்களை கணக்கிட்டு வேட்பாளர்களை நிறுத்தும கட்சி களை தோல்வியைச் சந்திக்க செய்தால், சாதி நம்மிடம் மண்டியிட்டுக் கிடக்காதா?.

நாம்தான் மாற்றத்தின் நாயகர்கள். நாம் நினைத்தால் மட்டுமே நல்ல தகுதியான குற்றநடவடிக்கைகளில் ஈடுபடாத வேட்பாளர்களைத் தேர்வு செய்ய முடியும்.

நூறு நாள் வேலைக்கு 150 ரூபாய் சம்பளம். அதில் முப்பது ரூபாய் எடுத்துக் கொண்டுதான் கூலி கொடுக்கிறார்கள். அந்த முப்பது ரூபாயை விட்டுக் கொடுப்பதின் மூலமாக 120 ரூபாய்க்கான வேலையும் நடக்காமல் போகிறது. ஊருக்கான தன்னிறைவு திட்டங்கள் மரத்தின் நிழலிலேயே நடந்து முடிந்துவிடுகின்றன. ஏன் அரசாங்கப் பணத்தை நாம் வீணாக்குகிறோம் என்று கேட்டால், “நாங்கதான் வேலை செய்யாம உட்கார்ந்திருக்கோமா, கவர்மெண்ட் ஆபிஸ்லல்லாம் எல்லாம் வாங்குற சம்பளத்துக்கு வேலை செஞ்சுட் றாங்களா” என பந்தை அரசு ஊழியர்களிடம் தூக்கிப் போடு கிறோம். அரசு ஊழியர்களோ, “நாங்க வாங்கற சம்பளத்துக்கு ஒரு பைசா கூட குறையாம கணக்கு வச்சு, பிப்ரவரி மாசம் வரி புடிச்சுக் கிட்டுத்தான் மார்ச் மாசம் சம்பளமே கொடுக்குது கவர்மெண்ட், கோடி கோடியா வரி ஏமாத்துற பிரபலங்களையெல்லாம் இந்த

அரசாங்கம் கண்டுக்கறதே இல்லை, நாங்கதானே இளிச்ச வாய்ங்க'' என பந்தை அரசியல்வாதிகள், நடிகர்கள் தொழிலதிபர்களிடம் தூக்கிப் போடுகிறார்கள், ''நாங்க யார் யாருக்கெல்லாம் என்ன செலவு பண்றோம்னு உங்களுக்கெல்லாம் சொல்ல முடியுமா? ஒரு கூட்டம் நடத்தனும்னா என்னென்ன செலவுன்னாவது உங்களுக்குத் தெரியுமா'' என அவர்கள் கண்ணுக்குத் தெரியாத டீல்களின் மேல் பந்தைத் தூக்கிப் போடுவார்கள்.

இப்படி ஒவ்வொரு வாக்காளரும் சேர்ந்து நாம் நம் அறங்களைத் தவற விடுகிறோம். யாரும் ஒழுங்கில்லை, நானும் ஒழுங்கில்லை என நம் தவறுகளுக்கு நியாயம் கற்பித்துக் கொள்கிறோம். எனவே தான் மோசமான வேட்பாளர்களை ஆதரிக்கக்கூட நமக்குத் தயக்கம் வரவில்லை. சமூகத்தின் இழிநிலைகளெல்லாம் வாக்காளர்களாகிய நாம் தவறவிடும் சின்னச் சின்ன இடைவெளிகளில் இருந்தே பெருக்கெடுக்கின்றன. நாம் வாங்கிக்கொள்ளும் நூறு ரூபாய்தான் பத்தாயிரம் இருபதாயிரம் கோடி ஊழலாக நம் முன் பூதாகரம் எடுத்து நிற்கிறது.

தகுதியுடைய வேட்பாளர்கள் நமக்கு வேண்டும் என்றால், நாம் முதலில் தகுதியுடைய வாக்காளர்களாக மாறுவோம்.

குடி உயர கோல் உயரும். மக்கள் எவ்விதமோ அரசு அவ்விதம். ஜனநாயகத்தில் மக்களே தங்களுக்கான அரசை தீர்மானிக்கிறார்கள்.

தேர்தலில் மாற்றத்தின் நாயகர்கள் நாம்தான்.

□

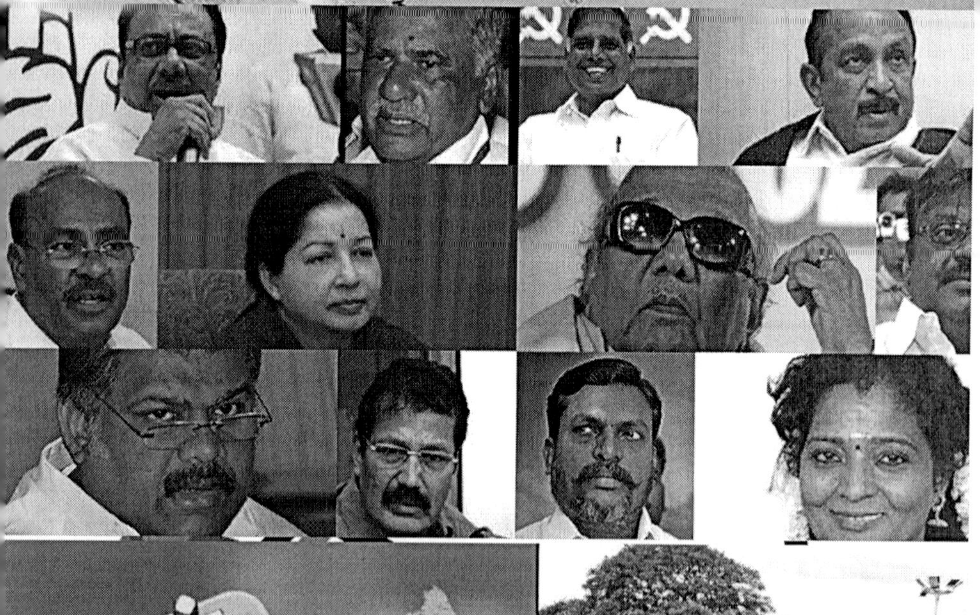

11

# தேர்தல் கலாட்டாக்கள்

தமிழகத்தில் வேட்புமனு தாக்கல் தொடங்கிவிட்டது. வேட்பாளராக நிற்பதற்கு எத்தனையோ பேர் முயற்சி செய்து, என்ன காரணத்திற்காக ஒரு வேட்பாளர் தேர்ந்தெடுக்கப்பட்டார், என்ன காரணத்திற்காக மற்ற வேட்பாளர்கள் நிராகரிக்கப்பட்டார்கள், என்றெல்லாம் காரணம் தெரியாமல், ஒவ்வொரு கட்சியின் சார்பாகவும் வேட்பாளர்கள் களமிறங்கி இருக்கிறார்கள். கொளுத்தும் வெயிலின் அனலைவிட அரசியல்வாதிகளின் பிரச்சாரம் அனல் பறக்கத் தொடங்கிவிட்டது.

“சொன்னார்களே செய்தார்களா என்றும்.. நாங்கள் சொல்வது கொஞ்சம்.. செய்வது அதிகம் என்றும்.. தமிழ்நாட்டை பங்குப் போட்டவர்களுக்கா உங்கள் வாக்குகள்.. எங்களுக்கும் ஒருமுறை வாய்ப்புத் தாருங்கள்” என்றும் தலைவர்கள் நம்மின் மன சாட்சியை அதிகமாக சோதனை செய்துகொண்டிருக்கிறார்கள். இந்தச் சோதனையே நம்மை கோடை வெயிலைவிட அதிகம் வாட்டுகிறது.

வாட்டும் இந்தத் தேர்தல் களத்தில் இருந்து நம்மைக் காப்பாற்றிக் கொஞ்சமாவது சிரிக்க வைப்பவர்கள் சுயேட்சை வேட்பாளர்களும் கட்சிகளின் நகைச்சுவை உணர்வுமிக்க வேட்பாளர்களும்தான்.

தேர்தல் நேரத்துக்காகவே தங்களின் நகைச்சுவைக் காட்சி களை அரங்கேற்ற இவர்கள் காத்திருக்கிறார்கள்.

வேட்புமனு தாக்கலிலேயே இவர்கள் தங்களின் திருவிளை யாடல்களைத் தொடங்கி விடுகிறார்கள். ஊடகங்களின் கவனத்தைக் கவர எல்லா முயற்சிகளையும் மேற்கொள்வார்கள். காலையிலேயே அழுத்தமான வண்ணத்தில் உடையணிந்து கொண்டு.. பக்கத்திற்கு ஐந்துபேர் சூழ... குதிரைமேல் ஏறிக் கொண்டு, வேட்புமனு தாக்கல் செய்ய வருவார்கள். பேண்டு வாத்தியங்கள் முழங்க ஊரையே விழித்தெழச் செய்து கடைவீதிகளை கலங்கடித்துக் கொண்டு அவர்கள் மேற்கொள்ளும் ஊர்வலம் எந்த வெற்றி வேட்பாளருக்கும் ஈடு இணையாகாது. அவர்களைச் சுற்றி வேடிக்கைப் பார்க்கவே கூட்டம் பின்தொடர்ந்து வரும். இளைஞர்கள் தன்னெழுச்சியாகக் கூடி அந்தச் சூழலை ரசிக்க வைத்துவிடுவார்கள். மக்கள் முகங்களில் மகிழ்ச்சிக் கொப்பளிக்க குதிரைமேல் வரும் வேட்பாளரை வேடிக்கைப் பார்ப்பார்கள்.

இன்னும் சில வேட்பாளர்கள் இருக்கிறார்கள்... அதிர்ஷ்ட தேவதை எனனும் பஞ்ச கல்யாணியின்மேல் ஆரோகணித்து வருவார்கள் இருக்கிறார்கள். ஒரு திரைப்பட வெளியீட்டைவிட ஏகக் கொண்டாட்டமாக இருக்கும் அந்த வேட்பாளரின் வேட்புமனுத் தாக்கல். இன்னும் சில வேட்பாளர்கள் இருக்கிறார்கள், பின்னால் திரும்பி நடந்து வருவார்கள். அவர்கள் வீட்டிலிருந்து கிளம்பி, வேட்புமனுத் தாக்கல் செய்யும் தேர்தல் அலுவலரின் அலுவலகம் வரை பின்னால் திரும்பி நடந்து வந்து சேர்வார்கள். ஊரே மாடியிலும், கடைவீதிகளிலும் நின்று வேடிக்கைப் பார்க்கும்.

சில வேட்பாளர்கள் குடை மன்னர்களாக இருப்பார்கள். தங்களின் இருசக்கர வாகனத்தின் முன்புறம்... இரு சக்கர வாகனம் சைக்கிளாகக் கூட இருக்கலாம், குடை ஒன்றைக் கட்டிக் கொண்டு கருப்புக் கண்ணாடி சகிதம் ஆர்ப்பாட்டமாக வந்திறங்குவார்கள்.

வேட்பாளர் சிலரிடம் புதுப்புது யோசனைகளுக்குப் பஞ்சமே இருக்காது. அவர்கள் வேட்புமனுத் தாக்கல் செய்வதற்கான டெபாசிட் பணம் பத்தாயிரம் ரூபாயை சில்லறைக் காசுகளாக மாற்றி, சின்ன மூட்டையில் தூக்கிக் கொண்டு வருவார்கள். தேர்தல் அலுவலரின் அலுவலக மேசையில் அந்த பையை அவிழ்த்துக் கொட்டிவிட்டு அசடு வழிய நின்று சிரிப்பார்கள். அந்தச் சில்லறையைப் பொறுக்கி எடுத்து, எண்ணுவதற்கு ஒரு

தனிப்படையையே நியமித்து எண்ணச் செய்வார் தேர்தல் அலுவலர். எண்ணி முடிக்கும்வரை அந்த வேட்பாளரை காத்திருக்க வைக்கவும் முடியாது. உடனே எண்ணியும் முடிக்க முடியாது. திண்டாடிப் போவார்கள் தேர்தல் அலுவலர்கள். அவர் கிளம்பிப் போன பின், எண்ணி முடிக்கும்போது அதில் குறையும் நூறு இருநூறு ரூபாயை திரும்ப அவரிடம் கேட்கவும் முடியாது. தேர்தல் அலுவலரின் நிலைதான் பாவம்.

ஒரு சட்டமன்றத் தொகுதியில் களம் காணும் யாரையாவது தோற்கடிக்க வேண்டும் என்று நினைத்தாலும், அல்லது வெற்றி வேட்பாளரைப் பின்னுக்குத் தள்ள வேண்டும் என்று நினைத்தாலும் அவர்கள் பெயரில் உள்ள நிறைய பேர் வேட்புமனுத் தாக்கல் செய்வார்கள். சின்னம் வேறு, கட்சி வேறு என்று ஆறு வித்தியாசங்கள் இருந்தாலும் தங்களின் ஒத்த அந்தப் பெயரைக் கொண்டு கணிசமான வாக்குகளை கலைத்துவிட்டுவிட முடியும் என்று அவர்கள் நம்புவதே இதற்கு முக்கியக் காரணம். அல்லது கடைசி நேரத்தில் கைச் செலவுக்குக் கொஞ்சம் பணம் கிடைத்தால்கூட போதுமென்று வேட்புமனுவைத் திரும்பப் பெற்றுக் கொள்வார்கள். ஏதோ அவர்களுக்கான சிறு தேர்தல் ஆதாயம்.

ஒரு வேட்பாளர் தன்னுடைய விண்ணப்ப மனுவை தாக்கல் செய்ய சில விதிமுறைகள் உள்ளன. குறைந்தபட்சம் பத்துபேர் அவரது வேட்புமனுவை நாமினேட் செய்திருக்க வேண்டும். 10000 ரூபாயை டெபாசிட் தொகையாகச் செலுத்த வேண்டும். ஆனால் இந்த வேட்பாளர்கள் விண்ணப்ப மனு கொடுக்கும்போதே இந்த அடிப்படை விதிகளைப் பூர்த்தி செய்து கொடுக்கமாட்டார்கள். இவ்வளவு ஆர்ப்பாட்டமாகக் கிளம்பிவந்து அறைகுறையாகப் பூர்த்தி செய்த விண்ணப்பத்தைத் தாக்கல் செய்துவிட்டுப் போவார்கள். குறைபாடுள்ள விண்ணப்பத்தைக் குறைபாடுகளைக் காரணம் காட்டி குறிப்பிட்ட தேர்தல் அலுவலரே தள்ளுபடி செய்துகொள்ளட்டும் என ஏதோ அரசாங்கத்தையே விரல்விட்டு ஆட்டிவிட்ட திருப்தியில் அவர்கள் தங்கள் வேட்புமனுத் தள்ளுபடியை எதிர்நோக்கிக் காத்திருப்பார்கள்.

தேர்தல் நேரத்தில் இவர்கள் ஊடகங்களின் கவனத்தைக் கவர்வதோடு அவ்வப்பொழுது ஊடகங்களுக்கு நேர்காணல்களையும் தருவார்கள். எம்.எல்.ஏ.வாகி என்ன

செய்வீர்கள் என்று ஊடகங்கள் ஆர்வமாகக் கேட்கும் கேள்விக்கு... ‘‘எம்.எல்.ஏ. தேர்தலில் ஜெயிச்சுட்டா நான் ஐஸ்வர்யாராயை கல்யாணம் செய்து கொள்வேன்’’ என்பார்கள். எம்.எல்.ஏ. தேர்தல் ஏதோ அவர்களுக்கான சுயம்வர மேடை போலவும்... அதில் சுயம்வர மங்கையாக ஐஸ்வர்யா ராய் கலந்துகொள்ள சம்மதித்தது போலவும் இருக்கும் இவர்கள் பேசுவதைக் கேட்டால். ஐஸ்வர்யா ராய்க்குத் திருமணம் ஆகிவிட்ட செய்தியாவது இவர்களுக்கு தெரியுமா என்று தெரியவில்லை.

தேர்தல் மன்னர்கள் சிலரும் இருக்கிறார்கள். ‘‘இதுவரை இத்தனை தேர்தலில் நான் வேட்புமனு தாக்கல் செய்திருக்கிறேன்... சுயேச்சை வேட்பாளராக இத்தனை வாக்குகள் வாங்கியிருக்கிறேன்’’ எனப் பெருமையுடன் சொல்லிக்கொண்டு... தேர்தலில் நிற்பார்கள்.

முன்பு குடியரசுத் தலைவருக்கான நேரடிப் போட்டி இருந்தது. அந்த நேரத்தில் ஒவ்வொரு முறையும் குடியரசுத் தலைவர் பதவிக்குத் தவறாமல் விண்ணப்த்தவர்கள் இருந்தார்கள். ஒரு விண்ணப்பிபத்தைப் போட்டுவிட்டு, தன்னுடைய சுய விவரக் குறிப்பில் குடியரசு தலைவர் தேர்தலில் போட்டியிட்டவர் என்று முதல் வரியாக சேர்த்துக் கொள்வார்கள். அல்லது நான்குமுறை குடியரசுத் தலைவர் பதவிக்குப் போட்டியிட்டவர் என்று தங்களுடைய பெயருக்குக் கீழே முகப்புக் கடிதத்தில் சேர்த்துக் கொள்வார்கள். ‘‘போட்டியிட்டாரே. வென்றாரா’’ என்று நாம் கேட்டுக் கொள்ள வேண்டியதுதான். நேரடித் தேர்தல் முறை மாறியவுடன் குடியரசுத தலைவர் பதவிக்கானப் போட்டியில் கலந்து கொண்ட பலர் பெரும் துக்கத்துக்கு ஆளானார்கள். சுய விவரக் குறிப்புகள் ஒரு வரியை இழந்தன.

இவர்களின் நகைச்சுவை ஆட்டத்துக்கு நாம் ஏன் கவலைப் படுகிறோம்... நாமும் கடைவீதியின் ஓரத்தில் நின்று ரசித்து விட்டுப் போகக்கூடாதா என்ற கேள்வி எழுவது இயல்பே.

இவர்களின் கேலிக்கூத்து வெறும் கேலிக்கூத்தாக மட்டும் நின்றுவிடாது. தேர்தலை முன்னிட்டு எல்லா நடைமுறைகளும் அவர்களுக்கும் அமலாகும். அவர்கள் தேர்தல் ஆணையத்தின் மரியாதைக்குரிய, தேர்தல் ஆணையம் சகல சட்டரீதியான பாதுகாப்பும் கொடுக்க வேண்டிய அந்தஸ்து உள்ள நபராகிறார்.

சர்பத்துக்கும், தேநீருக்கும், குதிரை வாடகைக்கும், தன்னைப் பற்றிய பெருமைகளைத் தானே எழுதி வைத்துக் கொண்ட தட்டிச் செலவுக்கும், இவரே ஏற்பாடு செய்து ஆரத்தி எடுத்த நான்கைந்துப் பெண்களுக்கு ஆரத்தி தட்டில் போட்ட பரிசுப் பணத்திற்கும் சேர்த்து மூன்று நாட்களுக்கு ஒருமுறை இவர் சமர்ப்பிக்கும் ஆயிரத்து சொச்ச ரூபாய்க்கான வரவு செலவுக் கணக்கை தேர்தல் அலுவலர் பெற்றுச் சரிபார்க்க வேண்டும். அதற்கு தேர்தல் பணியில் அமர்த்தப்பட்ட துணை தாசில்தார் நிலையில் உள்ள அதிகாரிகள் கண்ணில் விளக்கெண்ணெய் விட்டுக் கொண்டு பார்க்க வேண்டும்.

இவர் வரவு செலவு கணக்கைக் கொடுக்கவில்லையென்றால் ஏன் என்று காரணம் கேட்டு ஒரு அறிவுறுத்தல் கடிதத்தை அவருக்கு அனுப்பி... தாமதமின்றி தாக்கல் செய்ய வலியுறுத்த வேண்டியது அவர்களின் தலையாயக் கடமை. எத்தனைத் தாள்கள் செலவாகின்றன.

அன்றாடம் இந்த நகைச்சுவை வேட்பாளர்கள் நடத்தும் சுவாரசியமான காட்சிகளைக் கடந்து தேர்தல் அன்று வாக்குச் சாவடிக்குள் நடந்தேறும் சிறப்புக் காட்சிகள் தனி. அதில் ஒவ்வொரு வேட்பாளரின் தனி ஆவர்த்தனமும் கட்டாயம் இருக்கும்.

இந்த ஆவர்த்தனத்தை நடத்த அவர்கள் தேர்ந்தெடுக்கும் கதாபாத்திரம்தான் ஏஜெண்ட்.

அதிகபட்சம் ஒரு சட்டமன்றத் தேர்தலில் எத்தனை வேட்பாளர்கள் நின்றாலும் அவர்கள் எல்லோரும் கட்டாயம் ஒரு ஏஜெண்டை நியமித்துக் கொள்ளலாம். சுயேட்சை வேட்பாளருக்கு அவரின் குடும்பத்தில் இருக்கும் உறுப்பினர்களின் எண்ணிக்கை அளவிற்குக்கூட வாக்குகள் விழாது என்றாலும் அவருக்கும் கட்டாயம் ஒரு ஏஜெண்ட்டை நியமிக்க வேண்டும்.

தேர்தலில் கட்சிகளுக்கு ஏஜெண்டாக இருப்பதற்கே நிறைய அனுபவமும் பயிற்சியும் பெற்றவர்கள் இருக்கிறார்கள். ஏஜெண்ட்டாக இருக்க முதல் தகுதி உரத்த, தடித்தக் குரல் இருக்க வேண்டும். 'ஏய்ய்ய்' என்ற அவரின் சாதாரண உச்சரிப்புக் கூட, அங்குத் தேர்தல் நடத்திக் கொண்டிருக்கும் அலுவலரைப் பதறி நாற்காலியில் இருந்து எழுந்திருக்க வைக்க வேண்டும். வாக்குப்பதிவு இயந்திரத்தின் அருகில் அமர்ந்திருக்கும் அலுவலர் இயந்திரத்திற்கு ஏதேனும் ஆபத்து வந்துவிடப்போகிறது என்று அதைக் காக்கும்

முயற்சியில் பக்கத்தில் ஓடிப்போய் தயாராக நின்று கொள்ள வேண்டும். அவரைத் தூக்கிக் கொண்டு போனால்கூட ‘அவருக்கு என்னாச்சு’ என்று பொறுமையாகக் கேட்டுக் கொள்ளலாம். வாக்குப் பதிவு இயந்திரத்தைத் தூக்கிப் போகவோ, சேதமாகவோ அவர் விட்டுவிட்டால் அவ்வளவுதான்... மாநில, தேசிய கட்சிகளின் விசு வாசியில் தொடங்கி, அந்நிய நாட்டுச் சதிக்கு உடந்தை வரைக்கும் அவரின் பெயர் தொடர்புபடுத்தப்படும். இவ்வளவு பெரிய பெரிய சந்தேகங்களை ஒரு ஏஜெண்ட்டின் ‘ஏய்ய்’ என்ற சத்தம் மிகச் சாதாரணமாக வாக்குப் பதிவு மையத்தில் உண்டாக்க வேண்டும். அதுதான் அவரின் முதல் தகுதியே.

சுயேச்சைகளாக நிற்பவர்களுக்கும் ஏஜெண்ட்கள் நியமிக்கப் படுவார்கள். பல நேரம் அங்குச் செல்வாக்குள்ள கட்சிகளின் ஏஜெண்ட்டுகளுடன் இவர்கள் வாக்குப் பதிவு மையத்தில் ஒரு தற்காலிகக் கூட்டணி வைத்துக் கொள்வார்கள். அந்தக் கட்சியின் இரண்டு ஏஜெண்ட்டுகள் சேர்ந்து அந்த வாக்குப்பதிவு மையத்தை உண்டு இல்லையென்று செய்ய முடியும்.

வயதான வாக்காளர்களை அவர்களுக்கு வேண்டியவர்களோ உறவினர்களோ அழைத்து வந்தால் போதும்... பத்து நிமிடம் வாக்குப் பதிவு நடக்காது. பெரும் கூச்சலும் விவாதமும் நடக்கும். அங்கேயே விடு நீ, அவங்களே பட்டனை அழுத்துவார்கள் என்பது, அவங்களுக்கு எங்க அழுத்தணும்னு தெரியாது, நான்தான் அழுத்துவேன் அவங்க சொல்ற இடத்துல என உடன் வந்தவர்கள் விடாப்பிடியாக நின்றால் காச் மூச்சென்று சத்தம் எகிறும். அழைத்து வரப்பட்ட வயதான வாக்காளரும் தேர்தல் அலுவலர்களும் ‘என்னாச்சு’ என்பது போல் விழித்துக் கொண்டிருப்பார்கள். அதில் நிறைய விழி விரிய பயந்து போய் வேடிக்கைப் பார்க்கும் பெண் அலுவலர் ஒருவரை இரக்கமுள்ள ஒரு ஏஜெண்ட் அழைத்து, “பாட்டியை கூட்டிக்கிட்டுப் போய் அவங்க எதுக்கு சொல்றாங்களோ அதுக்குப் போடுங்க” என்பார். வெளியில் கொஞ்சம் சத்தம் குறையும். அழைக்கப்பட்ட அந்தப் பெண் அலுவலருக்கு இதயம் துடிக்கும் சத்தம் அதிகமாகும்.

இவ்வளவு கொடுமைக்காரங்களாக இருக்காங்களே என மனதில் நொந்துகொண்டே வெளிக்காட்டிக் கொள்ளாமல் அலுவலர்கள் வேலை செய்து கொண்டிருக்கும் சமயம் மீண்டும் ஒரு

வெடிச் சத்தம் கேட்கும். எல்லா ஏஜெண்ட்டும் ''மாமன், மச்சான், மாப்ள'' என்று சொல்லிச் சிரித்துக் கொண்டிருப்பார்கள். ''என்னலே நடக்குது அங்கே'' என அவர்களுடைய மைண்ட் வாய்ஸை யாரும் அறிய முடியாது.

இவ்வளவு அல்லோகலங்களுக்கு இடையில் தேர்தல் அமைதியாக நடந்து முடிந்தது என்று ஊடகங்கள் சொல்லிக் கொண்டிருக்கும் நேரத்தில்கூட, தேர்தல் மையத்தில் வாக்குப் பதிவு மையத்தில் பரபரப்புக்குப் பஞ்சம் இருக்காது. வாக்குப் பதிவு இயந்திரங்களுக்கு சீல் வைக்கும் சமயத்தில் எல்லா வேட்பாளர்களும் மிகுந்த எச்சரிக்கையுடன் செயல்படுவார்கள். பெரும்பான்மை வேட்பாளர்கள் தங்களின் முத்திரையையும் அதில் பதிக்க வேண்டும் என்று பிடிவாதம் பிடிப்பார்கள். நிறைய சென்டி மெண்ட்டுகள் அதில் இருக்கும். ''என்னோட மோதிரத்தை அரக்கில் முத்திரையாக வச்சால்தான் எங்கக் கட்சி ஜெயிக்கும் என்பார்'' ஒரு ஏஜெண்ட். ''அப்போ எங்கக் கட்சி தோக்கணுமா, நானும் என் மோதிரத்தை சீல் வைப்பேன்' என்பார் மற்றொருவர். சுண்டுவிரல் நுனி அகலத்தில் வைக்கும் அரக்கு முத்திரையில் எத்தனை மோதிர முத்திரைகள் வைப்பது என விழி பிதுங்கும் தேர்தல் அலுவலர்... அரக்கு வைக்கும் இடங்களில் எல்லாம் ஆளுக்கொருப் பக்கம் வைக்கச் சொல்லி நிலைமையை சமாளிப்பார்.

முத்திரை வைக்கப்பட்டு வாக்குப் பதிவு இயந்திரங்கள் கட்டப்பட்ட பிறகு இந்த ஏஜெண்ட்கள் தங்களின் வரலாற்றுக் கடமையை நிறைவேற்றிய திருப்தியில் வெளியேறுவார்கள்.

அறிமுகமற்ற ஊரில் குடிக்க ஒரு வாய்த் தண்ணீர் கூட கிடைக்காமல், ''எடுத்தால் போதும், சீக்கிரம்'' என்று துக்க வீட்டில் காத்திருப்பவர்களைப்போல அலுவலர்கள் காத்திருப்பார்கள்... கனத்த சோகத்துடன்.

அரசியல் தலைவர்களுக்கும் தேர்தல் ஆணையத்திற்கும் வருவாய்த்துறையினருக்கும் தேர்தல் களம் சோதனைக் களம்....

வாக்காளர்களாகிய நமக்கு நகைச்சுவைக் காட்சிகள் நிறைந்த களம். ஆனால், இந்த நகைச்சுவைக் காட்சிகள் முடிந்தவுடன் சிரிப்புக்குப் பதில் சோகமே நமக்குள் எஞ்சி நிற்கும்.

□

J.M.M.
Biju Janata Dal
BJP
A I M I M
Akali Dal
LOK SATTA
CPI
TWO LEAVES
JMM

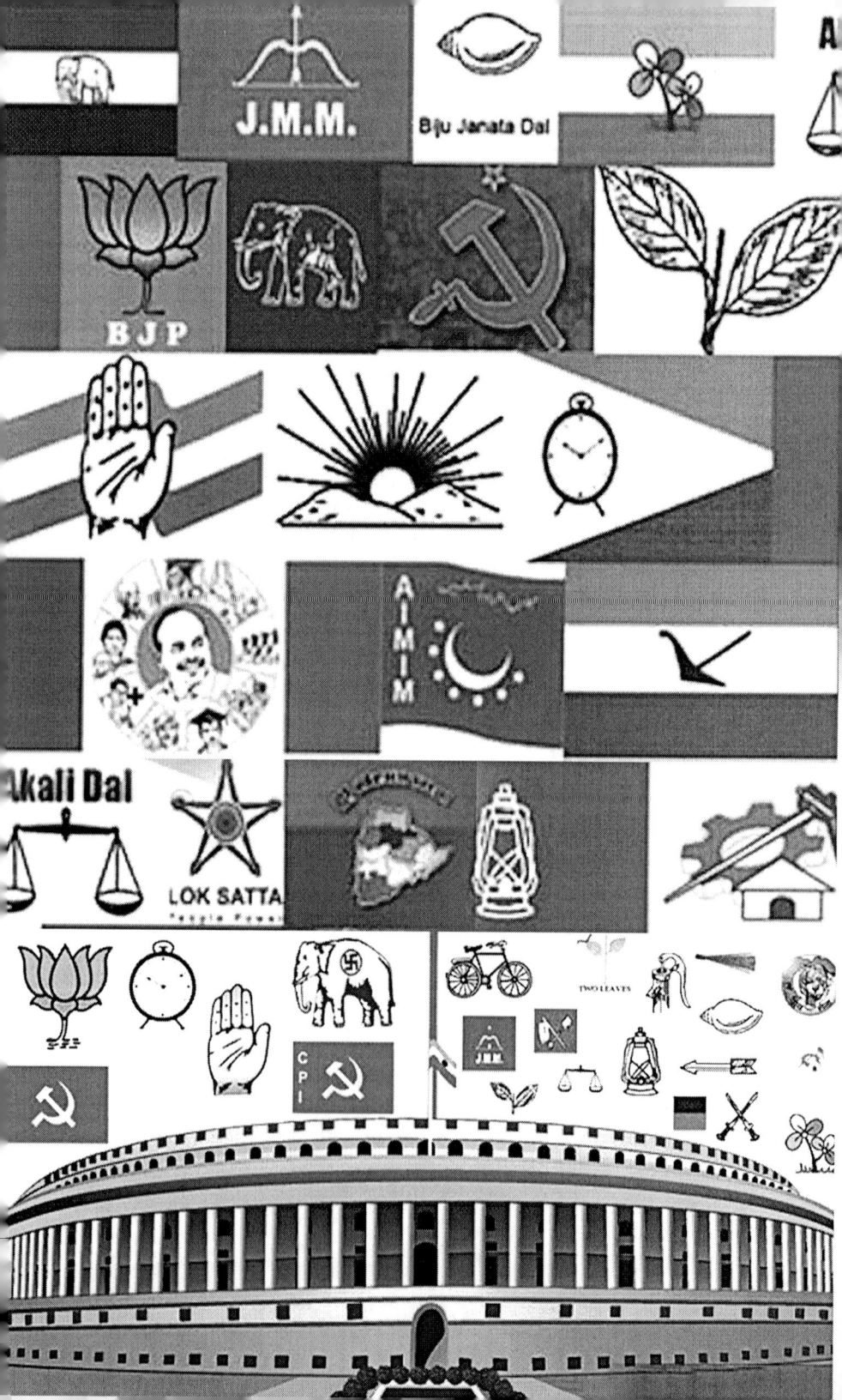

12

# கட்சிகளுக்குச் சின்னம் அவசியமா?

தேர்தலில் ஒவ்வொரு கட்சிக்கும் தேர்தல் சின்னங்கள் ஒதுக்கப்படுகின்றன. அரசியல் கட்சிகள் தேர்தலில் பெறும் வெற்றி, அவர்களுக்கு இருக்கும் வாக்கு வங்கி, அந்தக் கட்சி அரசியலில் ஈடுபட்டிருக்கும் மிக நீண்ட காலம் ஆகியவைகளை கணக்கில் கொண்டு, இந்தியத் தேர்தல் ஆணையம் ஒவ்வொரு அரசியல் கட்சியையும், தேசியக் கட்சி, மாநிலக் கட்சி என வரையறை செய்கிறது. தேர்தலில் வெற்றி பெற இயலாதக் கட்சிகளை பதிவு செய்யப்பட்ட, ஆனால் அங்கீகாரம் பெறாதக் கட்சி எனவும் வகைபாடு செய்கிறது. அங்கீகாரம் பெறாதக் கட்சிகளுக்கு தேர்தல் ஆணையம் அவர்களுக்கு என்று பிரத்யேகமானச் சின்னங்களை ஒதுக்குவதில்லை.

தேர்தல் ஆணையத்தால் அங்கீகரிக்கப்பட்ட அரசியல் கட்சிகள், தேர்தல் ஆணையம் நிர்ணயித்துள்ள வாக்குச் சதவீதத்தை தக்க வைத்துக் கொள்ளும்வரை அவர்களுக்கு என்று நிரந்தரமான சின்னங்கள் ஒதுக்கப்படுகின்றன. தேர்தல் ஆணையம் ஒதுக்கீடு செய்துள்ள சின்னங்களே அந்தக் கட்சிகளின் அடையாளமாக மக்களின் மனத்தில் பதிந்துள்ளன.

தேர்தலில் ஒதுக்கப்படும் சின்னங்கள் இரண்டு வகையாக உபயோகமாகின்றன. ஒன்று இந்தியா போன்ற கிராமப் பின்னணியைக் கொண்ட நாட்டில், படிப்பறிவற்றோர் ஏராளமாக இருந்தக் காலத்தில் மக்கள் தாங்கள் விரும்பும் கட்சிக்கு வாக்களிக்க எளிதான அடையாளமாகச் சின்னங்கள் உருவாக்கப்பட்டன. இரண்டாவது, தேசியக் கட்சியாக இருந்தால் நாடு முழுவதிலுமோ, மாநிலக் கட்சியாக இருந்தால் மாநிலம் முழுவதிலுமோ அரசியல் கட்சிகள் தங்களின் கட்சிக்காக என்று சொல்லி வாக்குக் கேட்க பொது அடையாளமாக கட்சிகளின் சின்னங்கள் இருக்கின்றன. ஒரு தேசியக் கட்சியில், கன்னியாகுமரியில் நிற்கும் வேட்பாளருக்கும் காஷ்மீரில் நிற்கும் வேட்பாளருக்கும் சின்னம் ஒன்றுதான். கட்சிகளின் பிரச்சார உத்தியை எளிமைபடுத்தவே இந்த ஏற்பாடு.

உண்மையில் சின்னங்கள் மேற்சொன்ன நன்மைகளைச் செய்வதோடு, காலம் காலமாக கட்சிகளுக்குக் கண்மூடித்தனமாக வாக்குகளைப் பெற்றுத் தருகின்றன. மக்களின் மனத்தில் ஏறக்குறைய ஐம்பதாண்டுகளாக ஆழமாகப் பதிய வைக்கப்பட்டுள்ள சின்னங்கள், நிறுத்தப்படும் வேட்பாளரைப் புறந்தள்ளி முன் நிற்கின்றன. இன்றும் கிராமங்களில் எந்த வேட்பாளருக்கு வாக்களிக்கப் போகிறீர்கள் என்ற கேள்வியை கேட்டால், “ம்ம்ம், என்ன கேட்ட” என்பார்கள். “எந்தச் சின்னத்திற்குப் போடப் போகிறீர்கள்” என்று கேட்டால் உடனே பதில் கிடைக்கும். தெரிந்த வேட்பாளராக இருந்தாலும்கூட, “பேரையெல்லாம சொல்லாதேப்பா, மறந்துடுவேன், புரியாது, எந்தச் சின்னத்துல குத்தணும்னு சொல்லு, குத்திட்றேன்” என்பார்கள். மறைந்தத் தலைவர்களோடு சின்னங்கள் இன்றும் தொடர்புபடுத்தப்படுகின்றன. அவர்களின் அடையாளங்களாக சின்னங்கள் அறியப்படுகின்றன. இன்னும் சொல்லப்போனால் அவர்களுக்காகவே இப்பொழுதும் வாக்குகளைப் போடுவதாக மக்கள் சொல்வதைக் கேட்கும்பொழுது கட்சிகளின் சின்னங்கள் இன்னொரு மூடநம்பிக்கையின் குறியீடுகள்போல் மாறி நிற்பதை உணரலாம்.

ஒரு சட்டமன்றத் தேர்தலில் நிற்கும் வேட்பாளரோ, நாடாளுமன்றத் தேர்தலில் நிற்கும் வேட்பாளரோ, அவர்கள் வாங்கியுள்ள வாக்குகளில் பத்து, இருபது சதவீதம் வாக்குகளே உண்மையில் அவர்களுக்காக வாங்கியவை. வேட்பாளரைப்

பற்றி அறியாமல், அந்தக் கட்சியின் சின்னம் என்பதற்காக வாக்களிக்கப்படுபவை அல்லது எத்தனையோ வாக்குகள், என்ன ஏது என்று தெரியாமல் கை போனப் போக்கில் பட்டனில் அழுத்தப்படுபவை, மற்றவை இன்னபிற காரணிகளால் அவர்கள் கணக்கில் சேர்பவை.

ஜனநாயகத்தைப் பின்பற்றும் நாடுகளில் கட்சிகள் தங்களுக்கானச் சின்னங்களைக் கொண்டு அறிமுகமாவது நடைமுறையில் இருக்கிறது. முழுமையானப் படிப்பறிவு கொண்ட நாடான அமெரிக்காவில், அதிபரை நேரடியாகத் தேர்வு செய்யும் தேர்தல் முறையிலும் சின்னங்களே இன்றுவரை பயன்படுத்தப்பட்டு வருகின்றன. பராக் ஒபாமாவின் டெமாக்ரட்டிக் பார்ட்டியின் சின்னம் கழுதை. பழமையானக் கட்சியான ரிபப்ளிக்கன் கட்சியின் சின்னம் யானை. உலகின் முன்னோடியாக குடியாட்சித் தத்துவத்தை அமுல்படுத்திய இங்கிலாந்திலும் அரசியல் கட்சிகளின் அடையாளங்களாக இன்று வரை சின்னங்களே இருக்கின்றன. ஏறக்குறைய பனிரெண்டு கட்சிகள் இருக்கும் அந்நாட்டில் அவர்களின் தேசிய மரமான ஓக், தேசிய மலரான சிவப்பு ரோஜா போன்றவைகள் கட்சியின் சின்னங்களாக இருக்கின்றன.

அமெரிக்கா, இங்கிலாந்து போன்ற நாடுகளில் மக்கள் நேரடியாக அரசியல் தலைவர்கள் முன் வைக்கும் கருத்துக்களை கேட்டு வாக்களிக்கிறார்கள். அங்குச் சின்னம் என்பது ஓர் அடையாளம் மட்டுமே. ஆனால் நம் நாட்டில், சின்னம் என்பது ஒரு கட்சியின், ஒரு தலைவரின் நேரடியான வாரிசுபோல் மாறிவிட்டது.

1968ஆம் ஆண்டில் இருந்தே இந்தியாவில் கட்சிகளுக்குச் சின்னங்கள் வழங்கப்பட்டன. வாக்குகளுக்குச் சின்னங்கள் வழங்கப் படாத காலத்தில் கட்சிகள் தங்களின் கட்சிக்கு என்று குறிப்பிட்ட வண்ணப்பெட்டிகளை வைத்திருந்தன. காங்கிரஸ் கட்சித் தனக்கான வாக்குகளை மஞ்சள் வண்ணப் பெட்டியில் போட வேண்டும் எனப் பிரச்சாரம் செய்திருக்கின்றது. காங்கிரஸ் கட்சிக்காகத் தேர்தலில் பிரச்சாரம் செய்ய வந்த கே.பி.சுந்தராம்பாள் உள்ளிட்ட நடிகர் நடிகையர் பாட்டுப் பாடி, மக்கள் மத்தியில் காங்கிரஸ் கட்சியின் பெருமைகளைச் சொல்லி, கூடவே மஞ்சளின் மருத்துவ குணங்கள், அதனுடைய பயன்பாடுகளைச் சொல்லி, இவ்வளவு மகிமை வாய்ந்த மஞ்சளை, மஞ்சள் நிறத்தை மறந்துவிடாதீர்கள். மஞ்சள்

நிறப் பெட்டியில் காங்கிரஸுக்காக வாக்களியுங்கள் எனப் பிரச்சாரம் செய்தார்களாம்.

வண்ணப் பெட்டிகளைச் சொல்லி வாக்குகள் கேட்ட காலம் போய்விட்டது. இப்பொழுது சின்னங்களைக் காட்டி வாக்குகளைக் கேட்டுக் கொண்டிருக்கிறோம். ஆனால், வேட்பாளரைவிட சின்னங்கள் மக்களின் மனத்தில் நிலைத்து நிற்பதால், மக்கள் முன்முடிவுகளோடு யோசிக்காமல் வாக்களிக்கிறார்கள்.

கொஞ்சம் கொஞ்சமாக நம்முடைய அரசியல் களத்தில் வெறும் சின்னத்தைப் பார்த்து வாக்களிக்கும் பண்பாட்டை மாற்றியமைக்க வேண்டும். சின்னம்தான் கட்டாயம் என்றால் ஒவ்வொரு தேர்தலுக்கும் ஒவ்வொரு சின்னத்தைக் கொடுக்கலாம். மாற்றாக, வேட்பாளரின் பெயர்கள், அவர்களின் புகைப்படங்கள் பொருத்தப்பட்ட வாக்கு இயந்திரங்கள் நடைமுறைப்படுத்தப்பட வேண்டும். இப்படி செய்யும்பொழுதே, வேட்பாளர் தேர்தலில் பெறும் ஒவ்வொரு வாக்கும் அவருக்கான வாக்குகளாக அமையும்.

வேட்பாளரைப் பார்த்து வாக்களித்தோமானால், “ஐந்து வருசமா எங்க எம்.எல்.ஏ. முகத்தைக்கூட நான் பார்க்கவில்லை” என்று நாம் யாரும் சொல்ல முடியாதில்லையா?

□

# 13

# நடிகர்களின் பிரச்சாரம் வாக்குகளாக மாறுகின்றனவவா?

தேர்தல் களத்தில் பிரச்சாரத்தில் ஈடுபடும் நடிகர்களின் செல்வாக்கு வாக்குகளாக மாறுகின்றனவா? அரசியல் கட்சிகள் தேர்தல் காலங்களில் ஏன் தவறாமல் நடிகர்களை களமிறக்குகின்றன?

தேர்தலுக்கு முன்னும் பின்னும் அவர்களுக்கு அரசியல் பின்னணி இருக்கிறதா, இல்லையா என்பது வாக்காளர்களாகிய நமக்குப் பல நேரங்களில் தெரிய வராது. ஆனால், தேர்தல் நேரத்தில் அவர்கள் தங்களின் பிரபல்யத்தை வாக்குகளாக மாற்ற களத்தில் இறங்குகிறார்கள்.

பெரும்பாலும் நடிகர்கள் முக்கியமான எந்த சமூகப் பிரச்சனைகளின் போதும் குரல் கொடுப்பது இல்லை. மக்கள் சந்திக்கும் அன்றாடப் பிரச்சனைகள் பற்றியும் அவர்கள் அறிந்து கொண்டதில்லை. முதன்முறையாகச் சென்னையின் பெருவெள்ளத்தில் குறிப்பிட்டுச் சொல்லும்படி இளைய தலைமுறை நடிகர்கள் ஓரிருவரின் பணி இருந்ததே தவிர, மற்றவர்களைப் பற்றிக் குறிப்பிட்டு ஒன்றும் சொல்ல முடியாது. சாதாரண மக்கள்கூட தாராளமாகத் தங்களால் இயன்றத் தொகையை வெள்ள மீட்புப் பணிக்காகக் கொடுத்து உதவியபோது, பிரபல மூத்த நடிகர் கொடுத்த குறைந்த உதவித் தொகையைப் பார்த்துத் தமிழகம் அதிர்ந்துதான் போனது.

தொழிலதிபர்கள், கல்வியாளர்கள், வசதியானவர்கள் என எல்லோரையும் எதிர்பார்க்கிறோமா, அவர்கள் பொதுச் சேவைக்கு வரவேண்டும் என்று? மக்களின் பிரச்சனைக்குக் குரல் கொடுக்க வேண்டும் என்று? பிறகு ஏன் நடிகர்களிடம் மட்டும் எதிர்பார்க்கிறோம்? நடிகர்களை மட்டும் குறை சொல்கிறோம்? அவர்களின் அரசியல் பிரவேசத்தைக் கடுமையாக விமர்சிக் கிறோம்?

அவர்கள்தான் தங்கள் துறையின் பிரபல்யத்தை மற்றொரு துறையில் முதலீடு செய்ய நினைக்கிறார்கள். ஒரு துறையின் பிரபல்யத்தை மற்றொரு துறைக்கு மாற்ற நினைப்பது தனி மனித அளவில் மிகவும் நேர்மையற்ற ஒரு செயல். நான் எழுத்தாளராக இருக்கிறேன் என்ற என்னுடைய பிரபல்யத்தை நான் ஒரு போதும் என்னுடைய ஆசிரிய துறையில் காட்ட முடியாது. காட்டவும் கூடாது.

மற்றத் துறையைச் சார்ந்தவர்களைவிட திரைத்துறையினருக்கு மக்களிடத்தில் ஒரு பிம்பம் இருக்கிறது. கதாநாயகனை இன்னும் நாம் உண்மையான கதாநாயகனாகவே பார்க்கிறோம். அவர் அநீதியை தட்டிக் கேட்பார் என நம்புகிறோம். கவர்ச்சி நடிகையை வெளியில் வரும்போதும் கவர்ச்சி நடிகையாகவே பார்க்கிறோம். திரையில் வரும் நடிகர்களின் பிம்பத்திற்கும், அவர்களின் நிஜ பிம்பத்திற்கும் தொடர்பே இல்லையென்றாலும், நாம் அவர்களின் போலி பிம்பங்களை ஆழமாக நம்புகிறோம். அவர்களின்மீது தீராத ஆர்வத்தையும் செல்வாக்கையும் வளர்த்துக் கொள்கிறோம்.

ஒரு நடிகர் இரண்டு வெற்றித் திரைப்படங்களில் நடித்து விட்டால் போதும், தமிழக ரசிகர்கள் அவர்களின் மூன்றாவது திரைப்படத்திற்கு, 'வருங்கால தமிழக முதல்வரே' என தட்டி வைத்து விடுகிறார்கள். 'கோடம்பாக்கத்திலிருந்து கோட்டைக்கு, எதிர்கால அரசியல் நம்பிக்கை நட்சத்திரம்' போன்ற பொன்மொழிகளால் அவருக்கு நடக்கும் அர்ச்சனை ஆராதனைகளும் அதிகம். தங்கள் வீட்டு விசேசத்திற்குக்கூட நடிகரின் பெரிய பெரியப் படங்களைப் போட்டு தட்டி வைத்துக் கொள்வார்கள். ஆனால், எந்த நடிகரும் ரசிகரின் வீட்டு விசேசத்திற்கு வருவதில்லை.

வெற்றிபெற்ற ஒரு நடிகரின் வெற்றி நேரடியாக அரசியலுடன் தொடர்புபடுத்தப்படுவது ஏன்? திரைப்பட வெற்றி என்பது

அரசியலுக்கு வருவதற்கானப் பாதையா? அரசியலுக்கும் திரைப்படத்திற்கும் என்னத் தொடர்பு? இரண்டிலும் வெற்றிபெற தீர்மானிக்கப்பட்ட தகுதிகள் இல்லை என்பதே அவைகளுக்குள் இருக்கும் ஒரே ஒற்றுமையாகும்.

தமிழகத்தைப் பொறுத்தவரை குடியாட்சிக்கு முந்தைய காலம் தொட்டே அரசியலுக்கும் திரைத்துறைக்கும் தொடர்பு இருந்துகொண்டுதான் வந்திருக்கிறது. சுதந்திரப் போராட்டக் காலத்தில் நாடகம், திரைத்துறையைச் சார்ந்தவர்களில் அநேகர் தமிழகத்தில் போராட்டத்தை முன்னெடுத்துச் சென்றிருக்கிறார்கள். சுயமரியாதை இயக்கம், நீதிக்கட்சி, திராவிடக் கட்சி, பின்னர் திமுக, அதிமுக ஆகிய கட்சிகளுக்கும் திரைத்துறைக்கும் நெருங்கிய தொடர்பு இருந்து வருவதையே வரலாறு சொல்கிறது. திரைத்துறையைச் சேர்ந்தவர்களே தமிழக முதல்வர்களாக வரத்தொடங்கி வரும் ஆண்டுடன் ஐம்பது ஆண்டுகள் நிறைவடைகின்றன.

அன்றைக்கு அரசியலுக்கு வந்தார்கள்... ஏற்றுக் கொண்டீர்கள், இப்பொழுது நாங்கள் வந்தால் மட்டும் ஏன் இத்தனை விமர்சனம், கேலி, கிண்டல், தகுதி பற்றிய விவாதங்கள் என இன்றைய நடிகர்கள் கேட்பதில் உண்மை இருப்பதுபோல் தோன்றினாலும் அதில் உண்மை, நியாயம் இல்லை.

சுதந்திரத்திற்கு முந்தைய காலக்கட்டத்தில் நடிகர்கள், கலைஞர்கள், எழுததாளர்கள் எல்லோருமே பொதுவாழ்விற்குள் வர வேண்டிய தேவை இருந்தது. அந்நியர்களிடம் இருந்து நாட்டைக் காக்க வேண்டிய ஆகுதியில் தங்களை எண்ணெய்யாக்கிக் கொள்ள வேண்டிய கட்டாயம் இருந்தது. நடிகர்களும் எழுத்தாளர்களும் சேர்ந்தக் கூட்டணி மூலமாக சுதந்திரப் போராட்டக் கருத்துக்களை வலுவாக மக்களிடம் கொண்டு செல்ல முடிந்தது. தமிழகத்தில் சுதந்திரத்திற்குப் பிறகு பகுத்தறிவுப் பிரச்சாரம் தீவிரப்பட்ட நேரத்தில், கலைஞர்கள் இயல்பாகவே அதன்மேல் கொண்ட ஈடுபாட்டினால் அரசியலுக்கு வந்தார்கள். அவர்கள் அரசியல் அதிகாரத்தை எவ்வளவு தூரம் எதிர்பார்த்திருப்பார்கள், கிடைக்கும் என்று நம்பியிருப்பார்கள் என்று சொல்ல முடியாது. அப்படி அரசியல் அதிகாரத்தை நோக்கிக் கட்சிகள் செயல்பட்டபோதுகூட, பெரும்பான்மை நடிகர்கள் அதில் ஆர்வம் காண்பிக்கவில்லை.

ஆர்வம் காண்பித்திருந்தால் அறுபத்தேழுக்குப் பிறகு அமைந்த அமைச்சரவைகளில் நடிகர்களே பெரும்பான்மை அமைச்சர்களாக இருந்திருப்பார்கள்.

ஆனால், இன்று திரைத்துறைக்குப் பலர் வருவதே அரசியலுக்கு வருவதற்கான குறுக்கு வழியாக இருப்பதால்தான். இரண்டு, மூன்று படங்களில் நடித்துவிட்டால் போதும், ஒரு எம்.எல்.ஏ., எம்.பி., யாகி விடலாம் என்று கனவு காண்கிறார்கள். திரைத்துறையையும் விட முடியாமல், அரசியல் ஆசையையும் விட முடியாமல் இருக்கும் நடிகர்களே இன்றைய தேர்தல் களத்தில் நம் முன் அரசியல் கட்சிகளின் சார்பில் வியூகம் அமைத்துக் காத்திருப்பவர்கள்.

திருவிழாவை வண்ணமயமாக மாற்ற, மக்களை மகிழ்ச்சி மனநிலையில் வைத்திருக்க, இன்றும் ஊர்களில் பல்வேறு பாரம்பரியக் கலைக்குழுக்களை அமர்த்துகிறார்கள். எவ்வளவு பணம் பற்றாக்குறை என்றாலும், கட்டாயம் ஒரு குழு ஆட்டத்திற்கு உண்டு. தேர்தலிலும் நடிகர்கள் வண்ண மயமான பிரச்சாரத்திற் காகவே களமிறக்கப்படுகிறார்கள். களமிறக்கப்படும் நடிகர்கள் அந்தக் கட்சியின் கொள்கை, கோட்பாடு மீதெல்லாம் அபிமானம் கொண்டவரோ அறிந்தவரோ கிடையாது. நடிகர்களைப் பொறுத்தவரை அவர்களின் பிரபல்யத்தை பணமாக்கும் ஒரு வழிதான். பிரபல்யத்தின் மூலம் வாய்ப்பிருந்தால் அரசியலுக்குள் நுழைந்துவிடலாம் என்ற நப்பாசையும் அதில் உள் மறைந்திருக்கும்.

சரி, தொடக்கத்தில் கேட்ட கேள்வியை மீண்டும் நினைவூட்டிக் கொள்வோம். நடிகர்களின் பிரபல்யம் தேர்தல் களத்தில் வாக்குகளாக மாற்றப்படுகிறதா? தனக்குப் பிடித்த நடிகரின் திரைப்படத்தின் முதல் காட்சியில் முன் இருக்கையில் அமர்ந்து கொண்டு, நடிகரின் முகம் திரையில் தோன்றும் பொழுதெல்லாம் விசிலடித்துக் கொண்டும், ஆ, ஊ, என்று கத்திக் கொண்டும் பார்க்கும் ஒரு ரசிகரின் தேவை என்ன? அவர் ஒரு நடிகரிடம் இருந்து என்ன எதிர்பார்க்கிறார்? தன்னை வழிநடத்தும் ஒரு தலைவர் கிடைத்துவிட்டார் என்பதையா? தன்னுடைய பொழுதுபோக்கிற்கான ஒரு சிறந்த கலைஞர் கிடைத்திருக்கிறார் என்பதையா? தன்னுடைய ரசனைக் கான ஒரு முன்னோடி இருக்கிறார் என்றப் புரிதலா? எதற்காக விசிலடிக்கிறார்கள் ரசிகர்கள்?

ரசிகர்களின் இந்தக் கொண்டாட்டம், திரையரங்கைவிட்டு வெளியேறியவுடன்அவர்களிடம்இருந்தும்வெளியேறிவிடுகிறதா? அல்லது தங்களின் மனத்திற்குள் ஆழமானத் தாக்கத்தை உண்டாக்கும் வண்ணம் அந்த நடிகரின் பிம்பத்தைத் தக்க வைத்துக் கொள்கிறார்களா? அவரைப்போல் தலையை கலைத்துவிட்டுக் கொள்ளுதல், முடியை ஒட்ட வெட்டிக் கொள்ளுதல், சட்டையின் மேல் பட்டனை யார் முன்னாலும் போடாமல் கழற்றிவிட்டுக் கொண்டு திரிதல், குடித்துவிட்டு உளறுதல், பார்த்தவுடன் ஒரு பெண்ணிடம் காதலைச் சொல்லுதல், சிகரெட் பிடித்தபடியே பேசுதல் என நடிகரின் பிம்பத்தைத் தன்னுடைய நடவடிக்கைகளில் ரசிகர்கள் ஏற்றுக் கொள்வது எதைக் காட்டுகிறது?

இவ்வளவு தீவிரமாக ரசிக்கும் தங்களின் நடிகர்கள் தங்களைத் தேடி வாக்குக் கேட்டு வந்தால் மக்கள் அவர்களைப் பார்க்க அலை அலையாகக் கூடுவது, முதலில் திரையில் பார்த்த நடிகரை நேரில் பார்த்து ரசிக்க வேண்டும் என்பதற்குத்தான். ஒரு நகைக் கடை திறப்புக்கு ஐந்து நட்சத்திரங்கள் வருகிறார்கள் என்றவுடன் சென்னை தியாகராஜ நகரே நெரிசலில் சிக்கித் திணறியதே. ஒரு மாநகரத்திலேயே நடிகர்களின் மீதானக் கவர்ச்சி இவ்வளவு எனில், இடை நகரங்கள், கிராமங்களைப் பற்றிக் கேட்கவே வேண்டாம். இன்றைய நிலைமைக்குத் தொலைக்காட்சித் தொடர் நடிகையர் வருகிறார்கள் என்று தெரிந்தால் போதும், மக்கள் அன்று கூலி வேலைக்குக்கூட போகாமல் அங்கங்கே காத்திருப்பார்கள்.

ஆனால் இந்தக் கவர்ச்சியை அப்படியே வாக்குகளாக மாற்ற முடியுமா என்றால் நிச்சயம் முடியாது. தமிழகத்துப் பெண்களை அவர்களின் வீட்டு ஆண்கள் அழ வைத்ததைவிட, நூறு மடங்கு அழ வைத்தவர் நடிகர் திலகம் சிவாஜி கணேசன். ஆனால் அவரால் ஒரு தேர்தலில்கூட மக்களின் வாக்குகளைப் பெற்று வெற்றி பெற முடிந்ததில்லை. குடும்பத்தின் சோகங்களை அப்படியே திரையில் பிரதிபலித்தவர்... பெண்கள் கொண்டாடிய ஆகச் சிறந்த கலைஞன். அவரால்தன்னுடையபிரபல்யத்தைவாக்குகளாகமாற்றமுடியவில்லை. இதற்கு நேர் எதிராக எம்.ஜி.யாரை குறிப்பிடலாம். அவர் அரசியல் களத்தில் தோல்வியையே சந்தித்ததில்லை. அவர் நேரடியாகத் தொகுதிக்கு வர முடியாத காலத்திலும் வெற்றி பெற்றிருக்கிறார். ஒரு வார்த்தைப் பேச முடியாத சூழலில் கூட முதல்வர் இருக்கையை வென்றிருக்கிறார்.

சிவாஜி, எம்.ஜி.யாரைக் கடந்து இன்றைக்குள்ள நடிகர்களுக் கிடையிலும் இதே வேறுபாடுகள் உள்ளன. தமிழகம் முழுக்க சூறாவளிப் பயணம் மேற்கொண்ட, நகைச்சுவை சூறாவளி நடிகரின் பயணம் படுதோல்வியே. அவரை நேரில் பார்க்க மட்டுமே கூடிய கூட்டம்போல் மக்கள் கூட்டம் கூட்டமாக வந்து பார்த்துவிட்டு, போய்விட்டார்கள். எனவே அரசியல் களத்தில் நடிகர்களின் செல்வாக்கு என்பது வாக்காளர்களிடம் எடுபடுவதில்லை. ஆனால், தனிப்பட்ட அந்த நடிகருக்கு சில நேரங்களில் ஏற்றம் தருவதாக அமைந்துவிடுகிறது.

எவ்வளவோ உத்திகளின்மூலம், கட்சிகள் நம் வாக்குகளை கவரக் காத்திருக்கின்றன. முயற்சிகள் செய்கின்றன. கையில் வடை வைத்திருக்கும் நாம்தான் கவனமாக இருக்க வேண்டும்.

நடிகர்கள் தேர்தல் களத்திற்குக் கட்டாயம் வரலாம், தேர்தல் கால அலங்கார பொம்மைகளாகவே அல்ல. அரசியல் கட்சிகளில் எப்பொழுதும் இணைந்து செயல்படுகிற நடிகர்கள் வாக்குக் கேட்டு வருவதில் நமக்கெப்பொழுதும் உடன்பாடே.

ஆனால் அதற்கு அவர்கள் அரசியல்வாதிகளாக இருக்க வேண்டும். நடிகர் என்ற பிம்பத்திற்கான விளைச்சலை, அரசியல்வாதியாக அறுவடை செய்து கொண்டு செல்ல நாம் அனுமதிக்கக்கூடாது.

□

Ready
Ballot Unit
NO
NOTA
1. மேற்காணும் நபர்களில் எவருமில்லை.
NOTA

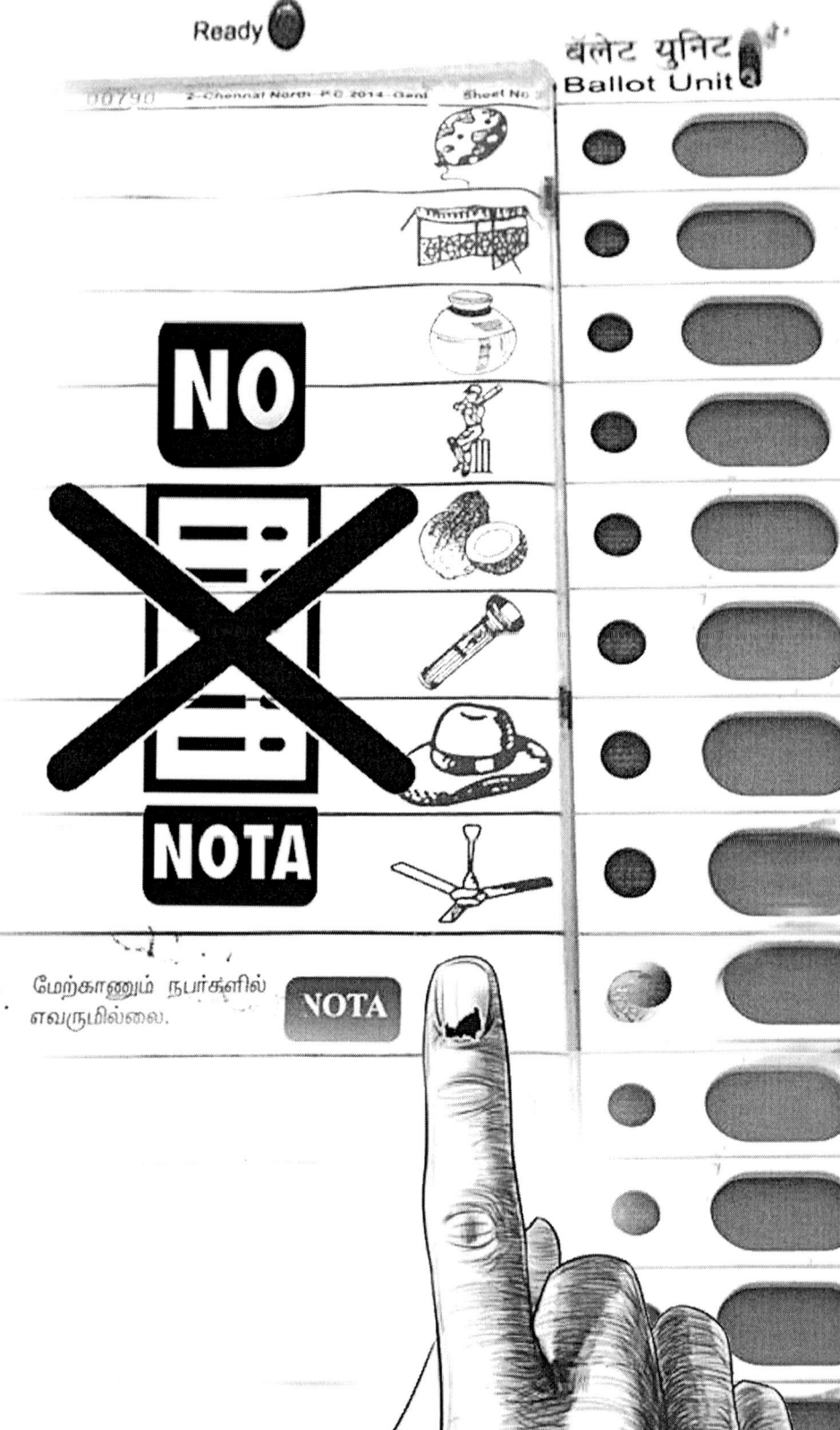

# 14

# நோட்டாவுக்கு நோ சொல்லுங்கள்

**வ**ருகிற மே மாதம் நடக்கவிருக்கிற சட்டமன்றத் தேர்தலில் ஒரு கோடிக்கும் மேற்பட்ட புதிய வாக்காளர்கள் வாக்களிக்க இருக்கிறார்கள். இவர்கள் தற்பொழுது பதினெட்டு வயது முடிந்து முதன்முறையாக தேர்தலில் வாக்களிக்க உள்ளவர்கள்.

இந்த ஒரு கோடிக்கும் மேற்பட்ட வாக்காளர்களில் பெரும் பான்மையோர் கல்லூரிகளில் படித்துக் கொண்டிருப்பவர்கள். கல்வியறிவு பெற்றவர்கள். 22% வாக்காளர்கள் இந்த நான்காண்டு களில் அதிகரித்திருப்பது இதுவே முதன்முறையாகும்.

ஐந்து அணிகளாகப் பிரிந்து, தமிழகக் கட்சிகள் தமிழகத் தேர்தல் களத்தை எதிர்கொள்கிற இவ்வேளையில், புதிதாக வாக்களிக்க இருக்கிற இளைஞர்களின் வாக்குகளே வெற்றித் தோல்விகளைத் தீர்மானிக்கும் என அரசியல் பார்வையாளர்களால் நம்பப்படுகிறது. கருத்துக் கணிப்புகளும் அதையே முன்மொழிகின்றன.

தமிழகத்தின் எதிர்காலத்தைத் தங்களின் வாக்குகள் எனும் சுக்கான் மூலம் திசை திருப்பப்போகும் இளைஞர்கள் அதை அறிந்திருக்கிறார்களா? உணர்ந்திருக்கிறார்களா? அரசியல் பற்றிய தெளிவு, யாருக்கு வாக்களிக்க வேண்டும் என்ற தீர்மானம் அவர்களுக்கு இருக்கிறதா?

இவை குறித்து தமிழகத்தில் உள்ள கல்லூரிகளில் படிக்கும் இளைஞர்களிடம் கலந்தாய்வுகள் நடத்தப்பட்டிருக்கின்றன. இந்தத் தேர்தலை புதிய வாக்காளர்கள் எப்படி எதிர்கொள்ள இருக்கிறார்கள் என்ற மிகப் பெரிய சுவாரசியத்துடன் இந்தக் கலந்துரையாடல் தொடங்கப்பட்டது. சமூக வலைதளங்களிலும் இவை குறித்துப் பரவலான கருத்துக்கள் விவாதிக்கப்பட்டுக் கொண்டிருக்கின்றன. ஆனால், நம்முடைய எதிர்பார்ப்புகளுக்கு நேர் எதிராக இருக்கிறார்கள் இளைஞர்கள். தங்களுக்கு முன்னால் இவ்வளவு பெரிய பொறுப்பு இருக்கிறது என்ற புரிதலே இல்லாமல் இருக்கிறார்களோ நம் இளைய தலைமுறை என்ற பயம்கூட மெல்லியதாக தலைதூக்க ஆரம்பிக்கிறது.

தங்களின் வாக்குகளுக்கு இருக்கும் அரசியல் முக்கியத்துவம் பற்றிக் கொஞ்சம் கொஞ்சமாக அவர்களுக்குப் புரிதல் வந்து விடும் என்றுகூட நம்பி நாம் காத்திருக்கலாம். இந்தத் தேர்தலில் நீங்கள் யாருக்கு வாக்களிக்க இருக்கிறீர்கள், உங்களின் வேட்பாளர் எப்படி இருக்க வேண்டும் என்று எதிர்பாராககிறீர்கள் என்ற கேள்விகளுக்கு அவர்கள் அளித்த பதில்தான் மிகுந்த அதிர்ச்சி தரக்கூடியது. ஒருமித்தக் குரலில் அவர்கள் எல்லோரும் நாங்கள் நோட்டாவுக்குத்தான் வாக்களிக்கப் போகிறோம் என்கிறார்கள்.

ஏன் நோட்டாவுக்கு என்றால் அவர்கள் அளித்த பதில்களில் முக்கியமானவை சில;

1. தமிழகதத்தின் இரண்டு பிரதானக் கட்சிகளின்மேலும் எங்களுக்கு நம்பிக்கைப் போய்விட்டது.
2. இரண்டு கட்சிகளையும் முதுகில் தூக்கிச் சுமந்து கொண்டிருந்த பிற கட்சிகளும் பிரதானக் கட்சிகளின் போலியான அரசியலுக்கு உடந்தையாக இருந்தவையே.
3. ஜாதியரீதியிலான நடவடிக்கைகள் கட்சிகளுக்குள் அதிகரித்துவிட்டன. ஜாதிக்கொரு சிறு கட்சிகளும் உதயமாகிக் கொண்டிருக்கின்றன
4. இரண்டு கட்சிகளைத் தவிர்த்து, மக்கள் நலனை முதன்மை யாகக் கொண்டு, உருவான கூட்டணி கட்சிகள் இன்று தேர்தல் களத்தில் நாளுக்கொரு நகைச்சுவைக் காட்சியை மட்டுமே அரங்கேற்றிக் கொண்டிருக்கின்றன. அவர்களை

நம்பிவிட வேண்டாம் என்று அவர்களே எங்களுக்கு மறைமுகமாக எச்சரிக்கை விடுப்பதைபோல் நடந்து கொள்கிறார்கள். அதில் நாங்கள் யாரைத் தலைவராக ஏற்க முடியும்? தெளிவான கொள்கை, கோட்பாடு இருக்கிறதா மற்றக் கூட்டணிக் கட்சிகளுக்கு?

5. இளைஞர்கள் வாக்களித்தால்தான் மாற்றம் வரும் என்கிறார்கள். வாக்களிக்க மட்டும் நாங்களா? அரசியலில் எங்களின் பங்கு வாக்களிப்பது மட்டும்தானா?

6. இளைஞர்கள் அரசியலுக்கு வந்தால் மாற்றங்கள் வரும், இளைஞர்கள் கையில்தான் எதிர்கால தமிழகம் இருக்கிறது என்றெல்லாம மேடையில் பேசுகிறார்கள். ஆனால், இதுவரை கட்சிகள் அறிவித்துள்ள வேட்பாளர்கள் பட்டியலில் எத்தனை சதவீதம் இளைஞர்களுக்குக் கட்சி கள் வாய்ப்பளித்திருக்கின்றன?

7. அறிவிக்கப்பட்ட வேட்பாளர்களில் பெரும்பாலோரில் வாரிசுகள், உறவினர்களே இருக்கிறார்கள். வாரிசு அரசியலின் செல்வாக்கு அதிகரித்து வரும் சூழலில் எங்களைப் போன்ற எந்தப் பின்னணியும் இல்லாத இளைஞர்களுக்குத் தமிழகத்தில் அரசியல் எதிர்காலம் இருக்கிறதா என்ன? அரசியலைப் பற்றியே நாங்கள் தெரிந்து கொள்ள விரும்பவில்லை. அது குற்றவாளிகளின் கூடாரமாகி சாக்கடையாகி விட்டது. எங்களைப் போன்ற இளைஞர்களுக்கு அங்கு இடமில்லை. அதனால் அவர்கள் யாருக்கும் எங்களின் வாக்குகளும் இல்லை.

8. படித்து முடித்து வரும் இளைஞர்களுக்கான வேலை வாய்ப்புகளை ஆளுங்கட்சிகள் உருவாக்கித் தரவில்லை. வேலையின்மைதான் எங்களின் சக்தியை முடக்கும் பிரதான பிரச்சனை. ஆனால் அதற்குத் தீர்வு காண யாருமே உண்மையாக நடவடிக்கை எடுக்க முயற்சிப்பதில்லை.

எனவே தேர்தலில் நிறுத்தப்படும் எந்த வேட்பாளருக்கும், எந்தக் கட்சிக்கும் எங்களின் வாக்குகள் இல்லை. அதனால் நாங்கள் யாருக்கும் வாக்களிக்க விரும்பவில்லை. எங்களின் வாக்குகள் நோட்டாவுக்கே என்றார்கள். இதில் சில இளைஞர்கள்

நோட்டாவுக்கு வாக்களிப்பதே பெருமைக்குரியது என்பதுபோல் விளையாட்டுத்தனமாகவும் பதிலளித்தார்கள்.

குற்றப்பின்னணி இருப்பவர்கள் தேர்தலில் நின்று வெற்றி பெறுவதையும், கட்சிகள் அதிகபட்சம் நேர்மையான, தூய்மையான வேட்பாளர்களை தங்கள் கட்சியின் சார்பில் தேர்தலில் நிற்கவைப்பதை வலியுறுத்தவுமே நோட்டா அறிமுகப்படுத்தப்பட்டது. உச்சநீதிமன்றம் பெரும் பரிசீலனைகளுக்குப் பிறகே தேர்தல் ஆணையத்திற்கு நோட்டா என்ற பட்டனையும் வாக்களிக்கும் இயந்திரத்தில் சேர்க்க அனுமதியளித்தது.

உண்மையில் நோட்டாவினால் மாற்றத்தைக் கொண்டுவர முடியுமா? வாக்குகளால் வெற்றி தீர்மானிக்கப்படும் ஒரு தேர்தல் களத்தில், யாருக்கும் அளிக்காத வாக்கினால், நோட்டாவினால் பலன் கிடைக்குமா?

“வாக்களிக்கப்படும் நூறு வாக்குகளில், நோட்டாவிற்கு தொண்ணூற்று ஒன்பது வாக்குகளும், வேட்பாளருக்கு ஒரே ஒரு வாக்கும் கிடைத்திருந்தால், ஒரே ஒரு வாக்கு பெற்ற வேட்பாளரே தேர்தலில் வெற்றி பெற்றவர் ஆவார்” என முன்னாள் தலைமைத் தேர்தல் அதிகாரி குரேஷி ஒருமுறை சொன்னதுபோல் குடியாட்சி நாட்டில், நேரடியாக வாக்காளருக்குக் கிடைக்கும் வாக்குகளுக்கே மதிப்பு. நோட்டாவுக்கு நாம் வாக்களித்தால், நம் எதிர்ப்பைப் பதிவு செய்திருக்கிறோம் என்பதைத் தாண்டி, அந்த வாக்கினால் எந்தப் பலனும் இல்லை. வேட்பாளருக்கு எதிரான வாக்குகளாக நோட்டாவை நாம் கருத முடியாது. சொல்லப்போனால், வாக்களித்து நம் அரசியல் அமைப்புக்கான வேட்பாளரைத் தேர்வு செய்ய வேண்டும் என்ற ஜனநாயக முறைக்கு எதிரானதாகவே இருக்கிறது இந்த நோட்டா.

ஏன் நோட்டாவுக்கு வாக்களிக்க வேண்டும் என்பதற்கு இளைஞர்கள் சொன்ன பல காரணங்கள் உண்மையானவையே. ஏற்றுக் கொள்ளக்கூடியவையே. ஸ்விட்சர்லாந்தில் சரியாக செயல்படாத தேர்ந்தெடுக்கப்பட்ட உறுப்பினரை மக்களே திரும்பப் பெறும் வசதி இருக்கிறது. ஸ்விட்சர்லாந்து போன்ற சின்னஞ் சிறிய நாட்டிற்கு அது சாத்தியமும்கூட. ஆனால் நம் நாட்டில் ஒருமுறை தேர்ந்தெடுக்கப்பட்ட வேட்பாளரை ஐந்தாண்டுகளுக்கு

மாற்றும் வசதி இல்லை. எனவே யாரைத் தேர்வு செய்ய வேண்டும் என்பதில்தான் நாம் அதிகம் கவனம் செலுத்த வேண்டும்.

நாம் எதிர்ப்பை தெரிவித்திருக்கிறோம் என்பதைப் புரிந்து கொள்ளும்அளவிற்குநம்முடையஅரசியல்கட்சிகள்நாசூக்கானவை அல்ல. குடும்பத்திற்குள் எதிர்ப்பைக் காண்பித்தால் நம் குடும்ப உறுப்பினர்களே பாதி நேரம் புரிந்தும் புரியாமலும் இருப்பதுபோல் காட்டிக் கொள்கிறோம். அரசியல் கட்சிகளாகப் புரிந்து கொள்ளப் போகின்றன? நம்முடைய அரசியல் கட்சிகளுக்கு வாக்குகளை வாங்கும் வித்தையும் தெரிந்திருக்கிறது. வெற்றிக்கனியைப் பறிக்க வேண்டும் என்பதே அவைகளின் பிரதான நோக்கமாக மாறிவிட்ட பிறகு, நம் எதிர்ப்பெல்லாம் ஒரு விஷயமே இல்லை.

வேறெப்படி நம் எதிர்ப்பை நாம் காண்பிக்க முடியும்?

யாருக்கும் வாக்களிக்க மாட்டோம் என்பதைவிட, நிறுத்தப்பட்டுள்ள வேட்பாளர்களில் யார் சுமாரான நல்லவர், குற்றப்பின்னணி இல்லாதவர், கட்சி மோசமாக இருந்தாலும் நல்லது செய்யக் கூடியவர் என்று ஆராய்ந்து பார்க்கலாம். அவர் சுயேட்சையாக இருந்தால்கூட பரவாயில்லை. அவருக்குக் கிடைக்கும் அதிகப்படியான வாக்குகள், அவர் தேர்தலில் வெற்றி பெறவில்லையென்றாலும்கூட, அரசியல் கட்சிகள் அவரைத் திரும்பிப் பார்க்கும். நல்ல வேட்பாளர்களுக்கு நாம் ஆதரவு தெரிவிப்பதின்மூலமே அரசியல் கட்சிகளிடம் மாற்றங்களைக் கொண்டுவர முடியும்.

மற்றொன்றையும் இளைஞர்கள் பரிசீலிக்க வேண்டியுள்ளது. இளைஞர்களுக்கான கல்விக்கடன், வேலை வாய்ப்பு, கல்வி மேம்பாடு இவையனைத்தையும் உருவாக்குபவை அரசியல் கட்சிகளும் அதன் தேர்ந்தெடுக்கப்பட்ட உறுப்பினர்களும்தான். ஒரு தொகுதியில் தேர்ந்தெடுக்கப்பட்ட உறுப்பினர்கள் தங்களின் தொகுதிக்கான கடமைகளை செய்யாமல் இருக்கிறார்கள் என்றால் அதில் நமக்கும் பொறுப்பிருக்கிறதே. சட்டமன்ற, பாராளுமன்ற உறுப்பினர்களுக்கான கடமைகளை அவர்கள் கட்டாயம் செய்தே ஆக வேண்டும் என்ற நிர்பந்தத்தை அவர்களுக்கு நம்மால் கொடுக்க முடியுமே. வாக்குகள் மூலமாக நமக்கும் வெற்றிபெற்ற வேட்பாளருக்கும் மிகப் பெரிய பந்தம் உருவாக்கப்பட்டிருக்கிறது என்பதை நம்மில் எத்தனைப் பேர் புரிந்து கொண்டிருக்கிறோம்.

ஜனநாயகத்தில் வாக்காளர்களே சகல வல்லமைப் படைத்தவர்கள். வாக்காளர்கள் நினைத்தால் மிகப் பெரிய சிந்தனாவாதிகள் ஆண்டுக்கணக்கில் போராடி உருவாக்கும் மாற்றங்களைவிட, வாக்காளர்கள் ஒரு தேர்தலில் மாற்றங்களை கொண்டுவந்துவிட முடியும். அவர்களின் ஒரே ஆயுதம் வாக்கு மட்டுமே. அந்த வாக்கை எந்தத் தகுதியைச் சொல்லியும் எந்த வாக்காளருக்கும் நிராகரிக்க முடியாது. பதினெட்டு வயது வந்தவுடன் ஒவ்வொரு இந்திய குடிமகனுக்கும் கிடைக்கும் இந்த ஆயுதம் கொண்டு இந்திய தேசம் கட்டமைக்கப்படுகிறது. அந்த ஆயுதத்தையே பயன்படுத்த மாட்டேன் என்று கூறி, முனை மழுங்கிய ஒரு காகித அம்புபோல் தூக்கியடிப்பது நம் அறியாமை அல்லாமல் வேறென்ன?

இளைஞர்கள் இந்தத் தேர்தலில் நன்கு சிந்திக்க வேண்டும். முதல் முறை வாக்களிக்கப் போகிறீர்கள். உங்கள் வாக்குகள் செல்லாத வாக்குகளாகப் போனால் அவை, நல்லவர்களுக்கு உதவுகிறதோ இல்லையோ நீங்கள் யார் வரக்கூடாது என்று நினைக்கிறீர்களோ அவர்களுக்கே உதவும்.

நோட்டாவுக்கு நோ சொல்லுங்கள் இளைஞர்களே.

# 15

# அரசு ஊழியர்கள் அரசின் குடிகள் இல்லையா?

'பாத்திரத்தின் களிம்பு' என்ற தலைப்பிலான கட்டுரை ஒன்றை(10.04.2014) எழுத்தாளர் ஜெயமோகன் எழுதியிருந்தார். அரசு ஊழியர்கள், ஆசிரியர்கள் இந்தியத் தேர்தல் நடைமுறைகளை எவ்வாறு மிகுந்த அதிகாரம் கொண்டு தங்களின் கட்டுப்பாட்டிற்குள் வைத்திருக்கிறார்கள் என்பதை உச்சபட்ச வெறுப்பில் நின்று விவாதித்திருக்கிறார் இந்த முன்னாள் அரசு ஊழியர். இவர் இன்னாள் ஓய்வூதியதாரரா எனத் தெரியவில்லை.

எந்த விஷயம் பற்றி ஆதரித்து எழுதுவதாக இருந்தாலும், விமர்சிப்பதாக இருந்தாலும் இரண்டு நிலைகளில் இருந்தே ஜெயமோகன் அணுகுவார். உச்சபட்ச ஆராதனை அல்லது உச்சபட்ச வசைபாடுதல். இதைத் தமிழக இலக்கியவாதிகளும், வாசகர்களும், பத்திரிகைகளும் நன்கு அறிவார்கள். இதில் அவருக்கு நன்மையும் உண்டு. எப்பொழுதுமே இவர் இப்படித்தானே, இவருக்குப் பதில் சொல்லி ஆகப்போவதில்லை என்று நிறைய நேரம் அவர் எழுத்தைக் கடந்து போய்விடுவார்கள். எல்லா நேரமும் கடந்து போக முடியாதல்லவா?

THANGARAJ

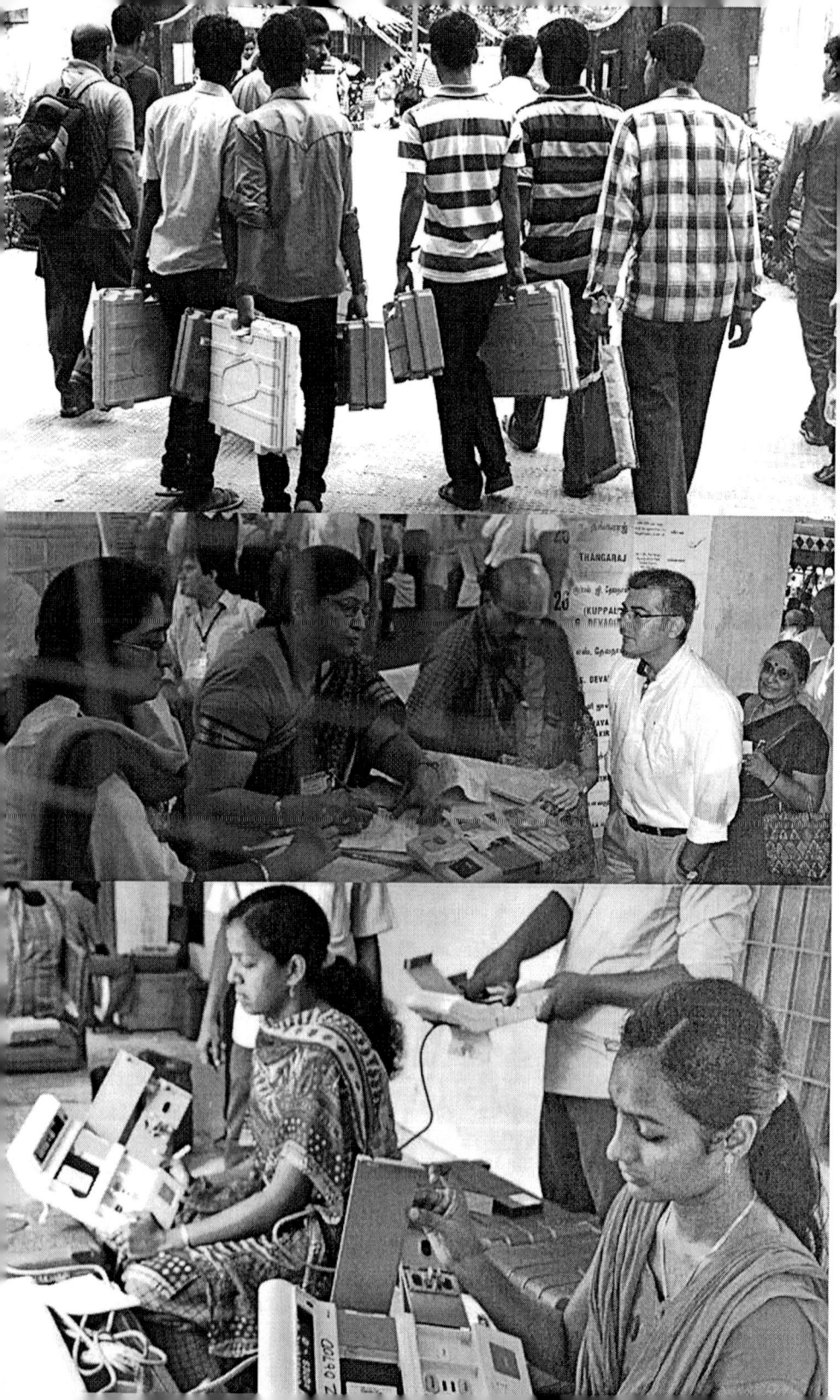

இந்தியத் தேர்தல் ஆணையம் அரசு ஊழியர்களை நம்பியே தேர்தலை நடத்துகிறது. அதற்கு முக்கியமான காரணம் நம்பகத்தன்மைதான். அரசு ஊழியர்களை மட்டுமே அரசாங்கத்தால் கட்டுப்படுத்த முடியும், அவர்களிடம் விளக்கங்கள் கோர முடியும், தவறு நடந்தால் அவர்களின்மேல் நடவடிக்கை எடுக்க முடியும். அரசு ஊழியர்களும் தங்களின் அடிப்படை கடமையாக நினைத்தே தேர்தல் பணிகளில் ஈடுபடுகிறார்கள்.

சொல்லப்போனால், தேர்தல் தேதி அறிவிக்கப்பட இருக்கிறது என்ற நிலையிலேயே அரசு ஊழியர்களின் வயிற்றில் புளி கரைக்க ஆரம்பித்துவிடும். தேர்தல் தேதி அறிவிக்கப்பட்ட பிறகு தேர்தல் பணியில் ஈடுபடுத்தப்படும் ஒவ்வொரு அலுவலருக்கும் நித்ய கண்டம் பூரண ஆயுசுதான்.

தேர்தல் தேதி அறிவிக்கப்பட்ட உடன் வரும் நடத்தை விதிகளால் பாதிப்புக்கு உள்ளாகுபவர்கள் அரசு ஊழியர்களே. மூன்றாண்டுகளுக்குமேல் பணியில் உள்ளவர்களுக்குக் கட்டாய இடமாற்றம், தேர்தல் தேதி அறிவிக்கப்பட்ட நாளிலிருந்து காவல் துறையைப் போல் இருபத்து நான்கு மணி நேர பணி, தேர்தலை முன்னெடுத்து நடத்தும் வருவாய் துறையினர் பைத்தியம் பிடிக்காத நிலையில்தான் வேலை பார்த்துக் கொண்டிருப்பார்கள்.

தேர்தல் பணிக்கு அரசு ஊழியர்கள், ஆசிரியர்களை நியமிப்பது, தேர்தல் ஆணையம் விதிக்கும் கட்டுப்பாடுகளையும், நடத்தை விதிகளையும் அமுல்படுத்துதல், அரசியல்வாதிகள் வலிந்து இழுக்கும் சண்டை சச்சரவுகளுக்கு ஈடுகொடுத்து அமைதியாக தேர்தல் நடைமுறைகளை செயல்படுத்துதல் என தேர்தலில் ஈடுபடும் ஒவ்வொரு ஊழியரும் எவ்வளவு அவதிக்கு ஆளாகிறார்கள் என்பதை ஜெயமோகன் வாக்களிக்கச் செல்லும் நேரத்தில்கூட பார்த்திருக்க மாட்டார்போல.

தேர்தல் ஆணையம் இரண்டு, மூன்று சட்டமன்றத் தொகுதிகள் கடந்து, வேறொரு சட்டமன்றத் தொகுதியில்தான் ஆசிரியர்களை தேர்தல் அலுவலர்களாக நியமிக்கிறது. (இம்முறை பெண்களுக்கு மட்டும் சலுகை வழங்கப்பட இருப்பதாக தேர்தல் ஆணையம் சொல்லியிருக்கிறது) குறைந்தது நூறு கிலோமீட்டர் தள்ளி உள்ள மையங்களுக்கே ஆசிரியர்கள் தேர்தல் பணி செய்ய செல்கிறார்கள். இன்று ஆசிரியர்களில் எழுபது சதவீதம்பேர்

அ.வெண்ணிலா • 99

பெண்களாக இருக்கிறார்கள். வாக்களிப்பு நடத்தும் பணிக்காக மட்டும் ஏறக்குறைய மூன்று நாட்களை ஊழியர்கள் செலவழிக்க வேண்டும். தேர்தலுக்கு முதல் நாள், பணியமர்த்தப்பட்ட ஊருக்குச் சென்று காலையிலேயே தேர்தல் மையத்தில், வாக்குப் பெட்டியின் வருகைக்காகக் காத்திருக்க வேண்டும். அன்று முழுக்க ஒரு நாள் பெட்டிக்குக் காவல். அடுத்த நாள் வாக்குப் பதிவு. வாக்குப் பதிவு முடிந்து பெட்டியை வருவாய்த் துறையினர் வந்து பெற்றுக் கொள்ளும்வரை அதற்குக் காவல் பணி. நள்ளிரவுக்குப் பிறகு குக்கிராமங்களில் இருந்து சொந்த ஊர்களுக்குத் திரும்ப முடியாது. மூன்றாம் நாள் காலையில் கிளம்பி, தங்களின் சொந்த ஊருக்குத் திரும்ப வேண்டும். தேர்தலுக்கு முதல் நாளும், தேர்தல் அன்றும் நள்ளிரவில் தமிழகம் முழுக்க உள்ளப் பேருந்து நிலையங்களில் சென்று பார்த்தால் தெரியும், கை குழந்தைகளுடனும், கணவன் களுடனும், தனியாகவும் அல்லாடிக் கொண்டு நின்றிருக்கும் பெண் ஊழியர்களை.

தேர்தல் நடக்கும் மையங்கள் எல்லாமே அரசுப் பள்ளிகள். அரசுப் பள்ளிகளில் என்ன வசதிகள் இருக்கின்றன என்பது நாம் அனைவரும் அறிந்ததே. கழிப்பறை வசதிகள் சமீபத்தில் உருவாக்கப்பட்டிருக்கின்றன என்றாலும் பெரும்பாலானப் பள்ளிகளில் கழிப்பறைக்குத் தண்ணீர் வசதி இருக்காது. குளிப்பதற்கான இடம் இல்லவே இல்லை. ஆடை மாற்றக்கூட தனியான அறைகள் எதுவும் இல்லாதப் பள்ளிகளில் உட்காரும் பெஞ்சுகளில் இரவு முழுககக் கொசுக்கடிகளில் படுத்து எழுந்து, அல்லது இரவு முழுக்கத் தூக்கமே இல்லாமல் உட்கார்ந்திருந்துவிட்டு இரவைக் கழிப்பார்கள். பல ஊர்களில் டீக்கடைகூட இருக்காது. அப்புறம் ஹோட்டலைப் பற்றி என்ன சொல்வது? யார் வீட்டிலும் ஒருவேளை சாப்பிட்டு விடமுடியாது. கட்சிக்காரனுக்குச் சாதகமாக நடந்து கொண்டதாகப் புகார் வந்துவிடும். தேர்தல் ஆணையம் கொடுக்கும் ஆயிரத்து சொச்சம் ரூபாய்க்காகவா அரசு ஊழியர்கள் இத்தனைப் பாடுகளையும் தாங்கிக் கொள்கிறார்கள்?

தேர்தல் முறைகளை மறைமுகமாகக் கட்டுப்படுத்தும் ஆற்றல் கொண்டவர்கள் அரசு ஊழியர்கள், அரசியல்வாதிகள் என்கிறார் ஜெயமோகன். அதற்கு உதாரணமாக அவரிடம் ஓர் ஆசிரியர் பகிர்ந்து கொண்ட உண்மைகளையும் கூறியிருக்கிறார். தாங்கள் நினைத்தால்

ஓர் ஆட்சியையே மக்கள் விரும்பினாலும் வரவிடாமல் செய்துவிட முடியும் என்றாராம். அவரும் தேர்தல் பணிக்கே போகாதப் ஆசிரியராக இருப்பார் என்று நினைக்கிறேன். ஏழு கோடி மக்கள் தொகை உள்ள தமிழகம் போன்ற ஒரு மாநிலத்தில் பதினைந்து லட்சம் அரசு ஊழியர்கள், ஒருமித்தக் கருத்துடன் ஒரு அரசை மாற்றவோ அல்லது கொண்டு வரவோ நினைத்தால், நிச்சயம் அது சாத்தியமான ஒன்றே. பதினைந்து லட்சம் ஊழியருக்கும், குடும்பத்திற்கு நான்கு பேர் என்று வைத்தால்கூட அறுபது லட்சம் பேர் அரசு ஊழியர்கள் குடும்பத்தைச் சார்ந்தவர்களாக இருப்பார்கள். அடுத்து அவரின் உறவினர்கள். எல்லாம் சேர்த்தால் கோடிகளைத் தாண்டும். பெரும்பான்மை வாக்காளர்களும் இதில் இருப்பார்கள் என்பதைச் சொல்லவேண்டியதில்லை. ஒருமித்தக் கருத்துப் பிரச்சாரத்தின் வழியாக அரசு ஊழியர்களால் ஆட்சி மாற்றத்தைக் கொண்டு வர முடியுமே தவிர, கீழ்த்தனமாகக் கள்ள ஓட்டுக்களின் வழியாக ஆட்சி மாற்றத்தைக் கொண்டுவர அரசு ஊழியர்கள் நினைப்பதில்லை. அப்படி நினைப்பார்களேயானால், தமிழகத்தில் எல்லோருக்கும் இருக்கும் புரிதலின்படி ஒரே ஆட்சி தானே இருந்திருக்க முடியும்? எல்லா தேர்தல் பணியிலும் இதே அரசு ஊழியர்கள் ஆசிரியர்கள் தானே ஈடுபடுத்தப்படுகிறார்கள்? அவர்களுக்கு அவ்வளவு அதிகாரம் இருக்கிறது என்றால் ஏன் மாதச் சம்பளத்திற்கு மல்லுக்கட்டிக் கொண்டிருக்கப் போகிறார்கள்? வேலையைவிட்டு அரசியல்வாதியாகிவிடலாமே?

தேர்தல் நடைபெறும் மையத்தில் கண்ணைக் கட்டிவிட்டா அரசியல் கட்சிகளின் ஏஜெண்டுகள் உட்கார்ந்திருக்கிறார்கள்? ஏதேனும் ஒரு தேர்தல் அலுவலர் ஒரு வார்த்தை முன்பின்னாக சொல்லிவிட்டால்கூட போதும், கத்தி ஆர்ப்பாட்டம் செய்து அரைமணி நேரத்துக்கு வாக்குப்பதிவை நிறுத்திவிடுவார்கள். மை வைப்பதில் தொடங்கி, பேருந்து போகாத ஊர்களுக்குக்கூட வாக்குப் பெட்டிகளை சுமந்து சென்று அரசு ஊழியர்களே தேர்தலை நடத்திக் கொடுக்கிறார்கள்.

அரசு உழியர்கள் எல்லாம் நியாயமானவர்களா, அவர்கள் மக்களின் வரிப்பணத்தில் சம்பளம் வாங்கிக் கொண்டு ஒழுங்காக தங்களின் வேலையைச் செய்கிறார்களா என்றெல்லாம் நிச்சயம் விவாதிக்கப்பட வேண்டியவை. அரசு ஊழியர்களின் பணி

அ.வெண்ணிலா • 101

நேர்மைக்கும், சேவைக்கும் வக்காளத்து வாங்கிக் கொண்டு நான் இந்த மறுப்பை எழுதவில்லை. ஆனால் தேர்தல் களத்தில் அரசு ஊழியர்கள், ஆசிரியர்களின் கடுமையான உழைப்பால்தான், இந்தியாவின் ஜனநாயகத்தை அமுல்படுத்தும் தேர்தல் பணி நடைபெறுகிறது என்பதை விளக்கவே இந்த மறுப்பு. தமிழகத்தை பொறுத்தவரை ஆசிரியர்களுக்கும் கட்சி அரசியலுக்கும் உள்ள உறவுகள் வேறு தளத்தில் விரிவாகப் பேச வேண்டியவை. (அரசு ஊழியர்களுக்குச் சம்பளம் கொடுக்க வேறு வழி ஏதாவது இருந்தால் ஜெயமோகன் பரிந்துரைக்கலாம். சாமானியர்களில் இருந்து எழுத்தாளர்கள் வரை மக்களின் வரிப்பணத்தில் கொழுக்கும் அரசு ஊழியர்கள் என்று சொல்வதைத் தாங்க முடியவில்லை.)

அரசு ஊழியர்களுக்கு எதிரான அரசே மக்களுக்குச் சாதகமான அரசாக இருக்க முடியும் என்ற ஜெயமோகனின் வரிகள் வெறுப்பின் உச்சம். நான் முன்பே ஒரு கணக்கைச் சொல்லியுள்ளதுபோல், தமிழகத்தில் ஒரு கோடி மக்களுக்கு எதிரான ஓர் அரசாங்கத்தை மக்கள் நல அரசு என்று எப்படி சொல்வீர்கள். அரசு ஊழியர்களை அரசின் குடிகளாக ஏற்றுக் கொள்ளவில்லையா ஜெயமோகன்?

◻